ಛಂದ ಪುಸ್ತಕ

ಓದಿ ಓದಿ ಮರುಳಾಗಿ!

ಬಿ.ಆರ್. ಶಂಕರ್ ಅನುವಾದ ಸಾಹಿತ್ಯ ಮಾಲೆ

ಚಿ. ಸು. ಚೆಲ್ಲಪ್ಪ

ವಾಡಿವಾಸಲ್

ಜಲ್ಲಿಕಟ್ಟು ಕುರಿತು 1959ರಲ್ಲಿ ಬರೆದ ತಮಿಳಿನ ಕ್ಲಾಸಿಕ್ ಕಾದಂಬರಿ

ಅನು: ಸತ್ಯಕಿ

Vaadivaasal - a novel by C. S. Chellappa
Translated from Tamil to Kannada by Satyaki,
Published by Chanda Pustaka, I-004, Mantri Paradise,
Bannerughatta Road, Bangalore-560076

ISBN : 978-93-84908-76-8

ಮೊದಲ ಮುದ್ರಣ: 2021

ಮುಖಪುಟ: ಶ್ವೇತಾ ಆಡುಕಳ
ರೇಖಾಚಿತ್ರಗಳು: ಕೆ. ಎಂ. ಆದಿಮೂಲನ್
ಕರಡು ತಿದ್ದುವಿಕೆ: ಪುನರ್ವಸು
ಪುಟಗಳು: 96 ಬೆಲೆ: ₹ 100
ಕಾಗದ: ಎನ್‌ಎಸ್ ಮ್ಯಾಪ್ಲಿತೊ 70 ಜಿಎಸ್‌ಎಂ, 1/8 ಕ್ರೌನ್

ಪ್ರತಿಗಳಿಗಾಗಿ ಸಂಪರ್ಕಿಸಿ
ಛಂದ ಪುಸ್ತಕ
ಐ–004, ಮಂತ್ರಿ ಪ್ಯಾರಡೈಸ್
ಬನ್ನೇರುಘಟ್ಟ ರಸ್ತೆ
ಬೆಂಗಳೂರು–560076
ಸೆಲ್: (+91) 98444 22782
me@vasudhendra.com

ಮುದ್ರಣ:

ಟ್ರಿನಿಟಿ ಅಕಾಡೆಮಿ, ಕುಡ್ಲು ಗೇಟ್, ಹೊಸೂರು ರಸ್ತೆ, ಬೆಂಗಳೂರು

ಚಿ.ಸು. ಚೆಲ್ಲಪ್ಪ (1912 – 1998)

ಹುಟ್ಟಿದ್ದು ಮದುರೈ ಜಿಲ್ಲೆಯ ವತ್ತಲಗುಂಡು ತಾಲೂಕಿನ ಚಿನ್ನಮಣೂರ್ ಗ್ರಾಮದಲ್ಲಿ. ಸಣ್ಣಕತೆ, ಕಾದಂಬರಿ, ವಿಮರ್ಶೆ, ಕವಿತೆ, ಅನುವಾದ ಮೊದಲಾದ ಕ್ಷೇತ್ರಗಳಿಗೆ ಚೆಲ್ಲಪ್ಪನವರ ಕೊಡುಗೆ ಅಪಾರ. ಚಂದ್ರೋದಯಂ, ದಿನಮಣಿ ಪತ್ರಿಕೆಗಳಲ್ಲಿ ಸಹಸಂಪಾದಕರಾಗಿ ಕೆಲಸ ಮಾಡಿದ್ದರು.

ನಂತರ 'ಎಳುತ್ತು' ಎಂಬ ಪತ್ರಿಕೆಯನ್ನು ಪ್ರಾರಂಭಿಸಿದರು. ಆರ್ಥಿಕವಾಗಿ ಬಹಳ ಕಷ್ಟದ ಪರಿಸ್ಥಿತಿಯಲ್ಲಿದ್ದರೂ, ಛಲ ಬಿಡದೆ ಸುಮಾರು ಹತ್ತು ವರ್ಷಗಳ ಕಾಲ ಆ ಪತ್ರಿಕೆಯನ್ನು ನಡೆಸಿದ್ದರು. ಹಣ, ಹೊಗಳಿಕೆ, ಪ್ರಶಸ್ತಿಗಳು ಯಾವುದಕ್ಕೂ ತಮ್ಮನ್ನು ಸೀಮಿತಗೊಳಿಸದೆ ಕೊನೆಯವರೆಗೂ ಉತ್ತಮ ಸಾಹಿತ್ಯಕ್ಕೋಸ್ಕರ ಶ್ರಮಿಸಿದವರು ಚೆಲ್ಲಪ್ಪ. ಫೋಟೋಗ್ರಫಿಯಲ್ಲಿ ಚೆಲ್ಲಪ್ಪನವರಿಗೆ ವಿಶೇಷ ಒಲವು ಇದ್ದಿತು.

ಜಲ್ಲಿಕಟ್ಟು ಕುರಿತ ಮೊದಲ ಕೃತಿ 'ವಾಡಿವಾಸಲ್' ಎಂದರೆ ತಪ್ಪಾಗಲಾರದು.

ಕೆ. ಎಂ. ಆದಿಮೂಲನ್

(1938–2008)

ತಿರುಚಿರಾಪಲ್ಲಿಯ ಈ ಕಲಾವಿದರದು ಅಮೂರ್ತ ಚಿತ್ರಕಲೆಯಲ್ಲಿ ಬಹುದೊಡ್ಡ ಹೆಸರು. ಇವರು ರಚಿಸಿದ ಮಹಾತ್ಮ ಗಾಂಧಿಯವರ ನೂರಾರು ರೇಖಾಚಿತ್ರಗಳು ಜಗತ್ಪ್ರಸಿದ್ಧವಾಗಿವೆ. ಬೆಂಗಳೂರಿನ ಚಿತ್ರಕಲಾ ಪರಿಷತ್ತು, ಚೆನ್ನೈನ ಲಲಿತ ಕಲಾ ಅಕಾಡೆಮಿ, ಬಾಂಬೆ ಆರ್ಟ್ ಸೊಸೈಟಿ – ಇವರಿಗೆ ಪ್ರಶಸ್ತಿ ನೀಡಿ ಗೌರವಿಸಿವೆ. ರಾಷ್ಟ್ರೀಯ ಲಲಿತ ಕಲಾ ಅಕಾಡೆಮಿಯ ಗೌರವ ಪ್ರಶಸ್ತಿಯೂ ಇವರಿಗೆ ಲಭಿಸಿದೆ.

ಈ ಕಾದಂಬರಿಯ ತಮಿಳು ಆವೃತ್ತಿಗಾಗಿ ಅವರು ರಚಿಸಿದ ಅಪರೂಪದ ರೇಖಾಚಿತ್ರಗಳನ್ನು ಕನ್ನಡ ಅನುವಾದದಲ್ಲಿಯೂ ಬಳಸಿಕೊಳ್ಳಲು ಅವರ ಮನೆಯವರು ಸಂತೋಷದಿಂದ ಒಪ್ಪಿಗೆ ನೀಡಿದ್ದಾರೆ. ಛಂದ ಪುಸ್ತಕವು ಹೃತ್ಪೂರ್ವಕ ಧನ್ಯವಾದಗಳನ್ನು ಅವರಿಗೆ ಅರ್ಪಿಸುತ್ತದೆ.

ಸತ್ಯಕಿ

ಜನ್ಮಭೂಮಿ, ಕರ್ಮಭೂಮಿ ಎರಡೂ ಬೆಂಗಳೂರೇ. ಓದಿದ್ದು ಮೆಕ್ಯಾನಿಕಲ್ ಇಂಜಿನಿಯರಿಂಗ್. ಸಿನಿಮಾ ಕ್ಷೇತ್ರದಲ್ಲಿ ಸಹಾಯಕ ನಿರ್ದೇಶಕನಾಗಿ, ಸಂಭಾಷಣೆಕಾರನಾಗಿ ವೃತ್ತಿಜೀವನ ಪ್ರಾರಂಭಿಸಿ ಈಗ ಟಿ.ವಿ ಬರಹಗಾರನಾಗಿ ಕೆಲಸ. 'ಜೊತೆ ಜೊತೆಯಲಿ' ಧಾರಾವಾಹಿಯ ಸಂಭಾಷಣೆಕಾರನೆಂದು ಬಹಳ ಮಂದಿಗೆ ಪರಿಚಿತ. ಸಿನಿಮಾ ಮತ್ತು ಸಾಹಿತ್ಯ ಎರಡರಲ್ಲೂ ಆಸಕ್ತಿ, ಆದರೆ ಸಿನಿಮಾ ನಿರ್ದೇಶನವೇ ಗುರಿ.

'ಯುಗೇ ಯುಗೇ' ಕಥಾ ಸಂಕಲನ ಪ್ರಕಟಗೊಂಡಿದ್ದು 2017ರಲ್ಲಿ. ಮುಂದಿನ ಪುಸ್ತಕದ ಕುರಿತು ಕೇಳುವವರಿಗೆಲ್ಲಾ ಸಮಯ ಸಾಲ್ತಿಲ್ಲ ಎಂಬ ನೆಪ. ಹೆಚ್ಚು ಹೆಚ್ಚು ಬರೆಯಬೇಕೆಂಬ ಆಸೆ. 'ವಾಡಿವಾಸಲ್' ಅನುವಾದ ಆ ಆಸೆಯ ಬಾಗಿಲನ್ನು ಇನ್ನಷ್ಟು ತೆರೆದಿದೆ.

writer.satyaki@gmail.com | 81477 25671

ನನ್ನ ಸೋದರ ಮಾವನಾದ ವತ್ತಲಗುಂಡು
ಬಿ.ಎಸ್. ಮುತ್ತುಸಾಮಿ ಅಯ್ಯರ್ ಅವರಿಗೆ...

ಚೆಲ್ಲಪ್ಪ

'ಇಂಗ್ಲೀಷ್‌ಗೆ ಹಾಕಿ' ಎಂದು ಎಲ್ಲರೂ ಹೇಳಿದರೂ,
'ಕನ್ನಡ ಕಲೀಲಿ' ಎಂದು ಕನ್ನಡ ಮೀಡಿಯಂಗೆ ನನ್ನನ್ನು ಸೇರಿಸಿದ
ನನ್ನ ಅಜ್ಜಿ ಅಲಮೇಲು ಅವರಿಗೆ...
ಹಾಗೂ
ತಮಿಳು ಸಿನಿಮಾ ಮತ್ತು ದಿನಪತ್ರಿಕೆಯಿಂದ ಹುಡುಗಾಟವಾಗಿ ನನಗೆ ತಮಿಳು
ಕಲಿಸಿದ ನನ್ನ ಅಜ್ಜ ಸುಂದರಂ ಅವರಿಗೆ...

ಸತ್ಯಕಿ

ಲೇಖಕರ ಮಾತು

ಒಂದು ಜಿಗಿತ, ಎರಡು ಜಿಗಿತ; ಮೂರನೇ ಜಿಗಿತಕ್ಕೆ ಆತ ನಿಂತು ಬಿಟ್ಟ. ಮೂರು ಬಾರಿಯೂ ಗೂಳಿಯು ಅವನನ್ನು ತಿವಿದು ಎಸೆಯಲು ಯತ್ನಿಸಿತ್ತು.

ಮನುಷ್ಯನಿಗೂ ಮೃಗಕ್ಕೂ ನಡೆಯುವ ಈ ಕಾಳಗಕ್ಕೆ ಜಲ್ಲಿಕಟ್ಟು ಎಂದು ಹೆಸರು. ಅದು ನಡೆಯುವ ಜಾಗ – ವಾಡಿವಾಸಲ್.

ಅಪ್ಪನ ಬಯಕೆಗೆ ಮಾತ್ರವಲ್ಲ, ಬದುಕಿಗೆ ಯಮನಾಗಿ ನಿಂತ ಕಾರಿಯ ಕೊಂಬಿನಲ್ಲಿ ಈಗಲೂ ತಂದೆಯ ರಕ್ತ ಅಂಟಿದಂತೆ ಭ್ರಮೆ ಉಂಟಾಯಿತು. ಆ ಭ್ರಮೆಯಿಂದ ಹೊರ ಬಂದು ತನ್ನ ಎದುರಿಗೆ ನೋಡಿದನು ಪಿಚ್ಚಿ. ಆತನ ಎದುರಿಗೆ ಕಾರಿ ನಿಂತಿತ್ತು.

ವಾಡಿವಾಸಲ್‌ನಲ್ಲಿ ಮನುಷ್ಯನ ರಕ್ತ ಬೀಳಬಹುದು. ಆದರೆ ಗೂಳಿಯ ರಕ್ತ ಬೀಳುವಂತಿಲ್ಲ. ಮನುಷ್ಯನಿಗೆ ಇದು ಆಟವೇ ಆಗಿರಬಹುದು, ಆದರೆ ಗೂಳಿಗೆ ಇದು ಆಟವಲ್ಲ. ಮದುರೈ, ರಾಮನಾಥಪುರ ಸುತ್ತಮುತ್ತಲು ಈಗಲೂ ಜಲ್ಲಿಕಟ್ಟು ವಿಶೇಷ ಕ್ರೀಡೆಯೇ ಆಗಿದೆ. ಅದನ್ನು ಕಥಾವಸ್ತುವಾಗಿ ಬಳಸಿಕೊಂಡು ಬರೆದ ಕಥೆ ಇದು. ಕೆಲವು ವರ್ಷಗಳ ಹಿಂದೆ 'ಚಂದ್ರೋದಯಂ' ಪತ್ರಿಕೆಯಲ್ಲಿ ಪ್ರಕಟಗೊಂಡಿತ್ತು. ಅದನ್ನು ತಿದ್ದಿ, ಇನ್ನಷ್ಟು ವಿಸ್ತರಿಸಿ ಈಗ ಬರೆದಿದ್ದೇನೆ. ಕಥೆ ಓದಿ ಮುಗಿಸಿದ ನಂತರವೂ ಆ ಗೂಳಿಗಳು, ಜನರು, ವಾಡಿವಾಸಲ್ – ಇವೆಲ್ಲಾ ನಿಮ್ಮ ನೆನಪಿನಲ್ಲಿ ಖಂಡಿತವಾಗಿಯೂ ಉಳಿಯುತ್ತವೆ. ಈ ಕಥೆಯ ಮೂಲಕ ಹೊಸ ಜಗತ್ತನ್ನು ನಿಮಗೆ ಪರಿಚಯಿಸುತ್ತಿದ್ದೇನೆಂದು ನಾನು ನಂಬುತ್ತೇನೆ.

● **ಚಿ.ಸು. ಚೆಲ್ಲಪ್ಪ**

ಅನುವಾದಕರ ಮಾತು

ವಾಡಿವಾಸಲ್ ಮೊದಲು ಮುದ್ರಣಗೊಂಡದ್ದು 1959 ರಲ್ಲಿ. ಸುಮಾರು ಅರವತ್ತು ವರ್ಷಗಳ ಹಿಂದೆಯೇ ಚಿತ್ರಕಥೆ ಶೈಲಿಯ ಕಿರುಕಾದಂಬರಿಯೊಂದು ಪ್ರಕಟಗೊಂಡಿತ್ತು ಎಂಬುದು ನನಗೆ ಅಚ್ಚರಿ. ಒಂದು ಸಾಹಸ ಕ್ರೀಡೆಯನ್ನು ಸಾಕ್ಷ್ಯಚಿತ್ರದಂತೆ ಸೆರೆ ಹಿಡಿದಿದೆ ಈ ಕೃತಿ.

ಅನುವಾದದ ಕೆಲಸ ಸುಲಭದ್ದಲ್ಲ ಎಂಬುದನ್ನು ಮೊದಲ ಪುಟವೇ ಅರ್ಥ ಮಾಡಿಸಿತು. ಭಾಷೆಯ ಜೊತೆಗೆ ಮೂಲಕೃತಿಯ ಕಾಲ, ಜನರ ಆಚಾರ ವಿಚಾರ ಸ್ವಲ್ಪ ಮಟ್ಟಿಗಾದರೂ ತಿಳಿದಿರಬೇಕೆಂದು ಅರಿತುಕೊಂಡೆ. ಸಂಪೂರ್ಣವಾಗಿ ಗ್ರಾಮೀಣ ಸೊಗಡನ್ನು ಹೊತ್ತಿರುವ ಮೂಲಕೃತಿಯನ್ನು ಅನುವಾದಿಸುವಾಗ ಅದರ ಹುರುಪು ಕಳೆದು ಹೋಗಬಾರದೆಂಬುದು ನನ್ನ ಮುಖ್ಯ ಗುರಿಯಾಗಿತ್ತು.

ಜಲ್ಲಿಕಟ್ಟು ಎಂದರೆ ಏನೆಂದು ತಿಳಿಯದವರಿಗೂ ಈ ಕೃತಿ ಮುಟ್ಟುತ್ತದೆ. ಕಾರಣ, ಗಟ್ಟಿಯಾದ ಕಥೆ.

ಕನ್ನಡಕ್ಕೆ ಒಳ್ಳೆಯ ಪುಸ್ತಕಗಳನ್ನು ತರಬೇಕೆಂದು ಹಪಹಪಿಸುವ ವಸುಧೇಂದ್ರ ಅವರಿಗೆ ನಾನು ಇಂಜಿನಿಯರಿಂಗ್ ಕಾಲದಿಂದಲೂ ಅಭಿಮಾನಿ. ಈ ಅಭಿಮಾನಿಗೆ ಅನುವಾದ ಮಾಡಲು ಅವಕಾಶ ನೀಡಿದ ಅವರಿಗೆ ಧನ್ಯವಾದಗಳು.

● **ಸತ್ಯಕಿ**

ಮುನ್ನುಡಿ

ತಮಿಳುನಾಡಿನ ಅತಿ ಮುಖ್ಯವಾದ ಸಾಹಸ ಕ್ರೀಡೆ – ಜಲ್ಲಿಕಟ್ಟು. ಈ ಕ್ರೀಡೆಯ ಇತಿಹಾಸವನ್ನು ಕೆದಕುತ್ತಾ ಹೋದರೆ ಸುಮಾರು ವರ್ಷಗಳ ಹಿಂದಕ್ಕೆ ಹೋಗಬೇಕಾಗುತ್ತದೆ. ಆ ಕಾಲದಿಂದ ಈಗಿನವರೆಗೂ ಮುಂದುವರೆದಿರುವ ಈ ಕ್ರೀಡೆ, ಕೇವಲ ಆಟವಲ್ಲ. ಇದೊಂದು ಜೀವನಶೈಲಿ. ಪ್ರಾಚೀನ ತಮಿಳು ಸಾಹಿತ್ಯವಾದ 'ಕಲಿತ್ತೊಗೈ' ನಲ್ಲಿ ಆಯರ್‌ಗಳು ಬಾಳುವ ಮುಲ್ಲೈ ನೆಲದಲ್ಲಿ ನಡೆಯುವ ಜಲ್ಲಿಕಟ್ಟಿನ ಕುರಿತು ಸಾಕಷ್ಟು ವರ್ಣಿಸಲಾಗಿವೆ. ಆ ದಿನಗಳಲ್ಲಿ ಈ ಕ್ರೀಡೆಯ ಹೆಸರು 'ಏರು ತಳುವುದಲ್'. ಏರು ಎಂಬ ಶಬ್ದಕ್ಕೆ ಎತ್ತು ಅಥವಾ ಗೂಳಿ ಎಂಬ ಅರ್ಥವಿದೆ. ಗೂಳಿಯನ್ನು ಅಡಗಿಸಿ ಕನ್ಯೆಯ ಕೈ ಹಿಡಿಯುವ ವ್ಯಕ್ತಿಗಳ ಬಗ್ಗೆ ಚಿತ್ರಣಗಳಿವೆ.

ಪುಣ್ ಕುರುಕ್ಕನ್, ಸುರಿ ನೆಟ್ರಿಕ್ಕಾರಿ, ನುಣ್ಪೊರಿ ವೆಳ್ಳೈ ಎಂಬ ಹಲವು ಎತ್ತುಗಳ ವಿವರಗಳು ಹಾಗೂ ಅವುಗಳನ್ನು ಅಡಗಿಸುವ ವೀರನಾಯಕರ ವಿವರಣೆಗಳು 'ಮುಲ್ಲೈ ಕಲಿ' ಯಲ್ಲಿ ಸಿಗುತ್ತವೆ. ಆ ಕೃತಿಯಲ್ಲಿ ಜಲ್ಲಿಕಟ್ಟನ್ನು ಯುದ್ಧಭೂಮಿಗೆ ಸಮನಾಗಿ ವರ್ಣಿಸಲಾಗಿದೆ. ಕೊಂಬನ್ನು ಕಂಡು ಅಂಜುವ ಗಂಡಸನ್ನು ಮುಂದಿನ ಜನ್ಮದಲ್ಲೂ ಸಹ ಆಯರ್ ಜನಾಂಗದ ಹೆಣ್ಣು ಮಗಳು ಬಯಸುವುದಿಲ್ಲ ಎಂಬ ವಾಕ್ಯಗಳೂ ಸಹ ಕಾಣ ಸಿಗುತ್ತವೆ.

'ಏರು ತಳುವುದಲ್' ಆ ಕಾಲದಲ್ಲಿ ಸರ್ವೇ ಸಾಮಾನ್ಯ ಕ್ರೀಡೆಯಾಗಿತ್ತು ಎಂಬುದನ್ನು ಕಲಿತ್ತೊಗೈ ಯಿಂದ ತಿಳಿಯಬಹುದು. ಮೋಜಿನ ಉದ್ದೇಶದಿಂದಲೇ ಶುರುವಾಗಿ ನಂತರ ಕ್ರೀಡೆಯು

ಸಾಕಷ್ಟು ರೂಪಗಳನ್ನು ತಾಳಿರುವುದು ಸಹ ಅರಿವಾಗುತ್ತದೆ. ಅತೀವ ಸಂಭ್ರಮ, ಮದ್ಯ ಪಾನದ ಅಮಲು, ವಿಜಯದ ಕುಣಿತಗಳಿಂದ ಕ್ರೀಡೆಯು ಮುಕ್ತಾಯಗೊಳ್ಳುತ್ತಿತ್ತು. ಮನುಷ್ಯನಿಗೂ ಮೃಗಕ್ಕೂ ನಡುವೆ ನಡೆಯುವ ಈ ಕ್ರೀಡೆ ಕೇವಲ ಒಬ್ಬನ ಶೌರ್ಯವನ್ನು ಅಳೆಯುವುದಕ್ಕೆ ಮಾತ್ರ ಸೀಮಿತವಾಗಿತ್ತು. ಬುಡಕಟ್ಟು ಸೊಗಡನ್ನು ಬಿಟ್ಟು ಕೊಡದ ಸಾಮೂಹಿಕ ಕ್ರೀಡೆ ಈ 'ಏರು ತಳುವುದಲ್' ಎಂಬುದನ್ನು ಕಲಿತ್ತೊಗ್ಗೈ ಇಂದ ತಿಳಿದುಕೊಳ್ಳಬಹುದು.

ಕಲಿತ್ತೊಗ್ಗೈಯು ನಂತರ ಈ ಕ್ರೀಡೆಯು ಬಗ್ಗೆ ತಿಳಿದುಕೊಳ್ಳಬೇಕೆಂದರೆ ನಾವು ಕೆಲವು ಕಾದಂಬರಿಗಳನ್ನು ಗಮನಿಸಬೇಕಾಗುತ್ತದೆ. ಹಳೆಯ ಕಾದಂಬರಿಗಳಲ್ಲಿ ಒಂದಾದ ರಾಜಮ್ ಅಯ್ಯರ್ ಅವರ 'ಕಮಲಂಬಾಳ್ ಸರಿತ್ತಿರಮ್' ನಲ್ಲಿ ಜಲ್ಲಿಕಟ್ಟು ಕ್ರೀಡೆಯ ಕುರಿತು ಉಲ್ಲೇಖವಿದೆ. ಆದರೆ ಇದರಲ್ಲಿ ಜಲ್ಲಿಕಟ್ಟು ಸಾಹಸ ಕ್ರೀಡೆಯಾಗಿಲ್ಲ. ಬದಲಿಗೆ, ಅದರ ಒಳಗಿನ ರಾಜಕೀಯ ಮತ್ತು ಅಧಿಕಾರ ದರ್ಪಗಳ ಬಗ್ಗೆ ಮಾತನಾಡುತ್ತದೆ. ಮೃಗಕ್ಕೂ ಮನುಷ್ಯನಿಗೂ ಶುರುವಾಗುವ ವೈಷಮ್ಯ ಹೇಗೆ ಮನುಷ್ಯ – ಮನುಷ್ಯನ ಮಧ್ಯೆ ಹೊತ್ತಿಕೊಳ್ಳುತ್ತದೆ ಎಂಬ ಚಿತ್ರಣವಿದೆ. ಅಧಿಕಾರ ಹೊಂದಿರುವ ಇಬ್ಬರು ತಮ್ಮ ತಮ್ಮ ಗೂಳಿಗಳನ್ನು ಅಖಾಡಕ್ಕೆ ಬಿಟ್ಟು ಜಯ ಸಾಧಿಸಲು ಹಾತೊರೆಯುತ್ತಾರೆ. ಸೋತ ವ್ಯಕ್ತಿಯು ಗೂಳಿಗೆ ನೀಡುವ ಶಿಕ್ಷೆಯಂತೂ ಘನಘೋರ. ಜೀವಂತವಾಗಿಯೇ ಅದರ ಚರ್ಮವನ್ನು ಸುಲಿಯಲು ಆಜ್ಞೆ ಇಡುತ್ತಾನೆ.

'ಕಮಲಂಬಾಳ್ ಸರಿತ್ತರಿಮ್' ನಂತರ ಜಲ್ಲಿಕಟ್ಟುವಿನ ಬಗ್ಗೆ ಕು.ಪ. ರಾಜಗೋಪಾಲರ 'ವೀರಮ್ಮಾಳ್ ಕಾಳೈ' ಎಂಬ ಸಣ್ಣ ಕತೆಯಲ್ಲಿ ಕಾಣಬಹುದು. ಕಳ್ಳರ್ ಜಾತಿಯ ಹೆಣ್ಣುಮಗಳಾದ ವೀರವ್ಮಾಳ್ ಬೆಳೆಸಿದ ಗೂಳಿಯನ್ನು ಆಕೆ ಇಷ್ಟ ಪಡುವ ಕಾತ್ತಾನ್ ಎಂಬವನು ಅಡಗಿಸಲು ಯತ್ನಿಸುತ್ತಾನೆ. ವೀರಮ್ಮಾಳ್ ತಂದೆಯ ಜೊತೆ ವಾಗ್ವಾದ ಉಂಟಾಗಿ ಕಾತ್ತಾನ್ ಈ ನಿರ್ಧಾರಕ್ಕೆ ಬಂದಿರುತ್ತಾನೆ. ಜಲ್ಲಿಕಟ್ಟಿನಲ್ಲಿ ಗೂಳಿಯನ್ನು ಅಡಗಿಸಿ, ಕೊಂಬಿಗೆ ಕಟ್ಟಿದ್ದ ರುಮಾಲನ್ನು ಸಹ ಬಿಚ್ಚಿ ಬಿಡುತ್ತಾನೆ. ಹೆಚ್ಚುಕಡಿಮೆ ಆತ ಗೆದ್ದ ಹಾಗೆಯೆ. ಆದರೆ ಆ ಸಮಯದಲ್ಲಿ ಅನಾಹುತವಾಗಿ ಬಿಡುತ್ತದೆ. ಗೂಳಿ ಆತನನ್ನು ತಿವಿದು ಕೊಂದು ಬಿಡುತ್ತದೆ. ಆ ಅಪಘಾತದಿಂದ ವೀರಮ್ಮಾಳ್ ಅತೀವ ದುಃಖದಲ್ಲಿ ಕೂತಿದ್ದಾಳೆ. ಕಾತ್ತಾನ್ ತೀರಿಕೊಂಡದ್ದರಿಂದ ಆಕೆ ಇಷ್ಟು ಖಿನ್ನಳಾಗಿದ್ದಾಳೆ ಎಂಬಂತೆ ಕಥೆ ಸಾಗುತ್ತದೆ. ಆದರೆ ಅದು ಆತನ ಸಾವಿನಿಂದಲ್ಲ. ತಾನು ಬೆಳೆಸಿದ ಗೂಳಿ ಅವನ ಕೈಯಿಂದ ಸೋತು ಹೋಯಿತಲ್ಲ ಎಂಬ ದುಃಖ ಎಂಬುದು ತಿಳಿದು ಬರುತ್ತದೆ. ರಾಜಮ್ ಅಯ್ಯರ್ ಬರೆದ ಮುಕ್ತಾಯವೇ ಹೆಚ್ಚು ಕಡಿಮೆ ಈ ಕಥೆಗೂ. ಈಟಿಯನ್ನು ಎತ್ತಿ ಗೂಳಿಯ ಮೇಲೆ ಎಸೆಯುತ್ತಾಳೆ ವೀರವ್ಮಾಳ್. ಈ ಕಥೆಯಲ್ಲಿ ಜಲ್ಲಿಕಟ್ಟುವಿನ ಬಗ್ಗೆ ವಿಸ್ತಾರವಾದ ವಿವರಣೆಗಳಿಲ್ಲ. ಆದರೆ ಒಂದೇ ಜಾಗದಲ್ಲಿ ನಿಂತು ಎಲ್ಲಾ ದಿಕ್ಕುಗಳಲ್ಲೂ ಕೊಂಬನ್ನು ತಿರುಗಿಸಿ ಆಟಗಾರರನ್ನು ಹಿಂದಿಕ್ಕುವ ಗೂಳಿಗಳ ಬಗ್ಗೆ ವಿವರಣೆಗಳಿವೆ.

ಮೃಗ–ಮನುಷ್ಯನ ಪಂದ್ಯವು ಮೆಲ್ಲಗೆ ಹೇಗೆ ಮನುಷ್ಯ–ಮನುಷ್ಯನ ಪಂದ್ಯವಾಗಿ ಮಾರ್ಪಾಟಾಗುತ್ತದೆ ಎಂಬುದನ್ನು ಚಿ.ಸು. ಚೆಲ್ಲಪ್ಪನವರು ವಾಡಿವಾಸಲ್ ಕಥೆಯಲ್ಲಿ ವರ್ಣಿಸಿದ್ದಾರೆ. ಸಣ್ಣ ಕತೆ, ಕಾದಂಬರಿ, ಕವಿತೆಗಳು, ವಿಮರ್ಶೆ ಎಂದು ಹಲವಾರು ಕ್ಷೇತ್ರಗಳಲ್ಲಿ ತಮ್ಮನ್ನು ತೊಡಗಿಸಿಕೊಂಡ ಚೆಲ್ಲಪ್ಪ ಅವರು ಕೇವಲ 'ಎಳುತ್ತು' ಪತ್ರಿಕೆಯೊಂದಕ್ಕೆ ಸೀಮಿತಗೊಳಿಸಿ ಗುರುತಿಸಲ್ಪಡುತ್ತಿರುವುದು ಸರಿಯಲ್ಲ. ಆ ಪತ್ರಿಕೆಯನ್ನು ಅವರು ನಡೆಸಲು ಪಟ್ಟ ಕಷ್ಟಗಳು ಅಷ್ಟಿಷ್ಟಲ್ಲ. ಪುಸ್ತಕಗಳನ್ನು ಸ್ವತಃ ಹೆಗಲ ಮೇಲೆ ಹೊತ್ತು ಬೀದಿ ತಿರುಗಿ ಮಾರಿದ್ದಾರೆ. ಬಹಳ

ನಷ್ಟ ಅನುಭವಿಸಿದರೂ ಸ್ವಲ್ಪವೂ ಹುಮ್ಮಸ್ಸನ್ನು ಕಳೆದುಕೊಳ್ಳದೆ ಮುನ್ನುಗ್ಗಿದ ಹಠವಾದಿ. ಅವರ ಬಗ್ಗೆ ಮಾತನಾಡಿದರೆ, ಬಹಳಷ್ಟು ಹೇಳುತ್ತಲೇ ಹೋಗಬಹುದು.

ಚಿ.ಸು. ಚೆಲ್ಲಪ್ಪ ಹೊಸತನಗಳಿಂದ ಕೂಡಿದ ಕೆಲವು ಒಳ್ಳೆಯ ಸಣ್ಣ ಕತೆಗಳನ್ನು ಬರೆದಿದ್ದಾರೆ. ವ್ಯವಸ್ಥೆಯನ್ನು, ಜಾತಿ ವಿಧಾನಗಳನ್ನು ಅವರು ನೋಡುತ್ತಿದ್ದ ದೃಷ್ಟಿಕೋನವೇ ಬೇರೆ. ಮರವರ್ ಜಾತಿಯ ಬಗ್ಗೆ ಅವರು ಬರೆದಿರುವ ಕಥೆಗಳೆಲ್ಲವೂ ಅಚ್ಚರಿಯನ್ನುಂಟು ಮಾಡುತ್ತದೆ. ಅದರಲ್ಲಿ ಒಂದು ಈ ವಾಡಿವಾಸಲ್. ರಾಜಮ್ ಅಯ್ಯರ್ ಅವರ ಕಮಲಾಂಬಾಳ್ ಸರಿತ್ತಿರಮ್ ಇಂದಲೂ ವಾಡಿವಾಸಲ್ ಸ್ಫೂರ್ತಿಗೊಂಡಿರಬಹುದು. ರಾಜಮ್ ಅಯ್ಯರ್ ಮತ್ತು ಚಿ.ಸು. ಚೆಲ್ಲಪ್ಪ ಇಬ್ಬರೂ ಒಂದೇ ಊರಿನವರು. ರಾಜಮ್ ಅಯ್ಯರ್ ಎಂದರೆ ಚೆಲ್ಲಪ್ಪನವರಿಗೆ ಸಾಕಷ್ಟು ಗೌರವ. ಆದ್ದರಿಂದ 'ಕಮಲಾಂಬಾಳ್ ಸರಿತ್ತಿರಮ್' ನ ಸಣ್ಣ ಭಾಗವೊಂದನ್ನು ವಿಸ್ತರಿಸಿ ಅವರು ವಾಡಿವಾಸಲ್ ಬರೆದಿರಲೂ ಬಹುದು. ಎರಡು ಕೃತಿಗಳಲ್ಲಿ ಬರುವ ಕೆಲವು ಸಂಭವಗಳು ಒಂದೇ ರೀತಿಯಿವೆ. ಆದರೆ ವಾಡಿವಾಸಲ್ ಏರಲು ಯತ್ನಿಸುವ ಎತ್ತರ ಬಹಳ ದೊಡ್ಡದು.

ಜಲ್ಲಿಕಟ್ಟು ಬೇರೆ ಕ್ರೀಡೆಗಳಿಗಿಂತ ಹೇಗೆ ವಿಭಿನ್ನವಾದದ್ದು ಎಂದು ಕೇಳಿದರೆ ಅದಕ್ಕೊಂದು ಉತ್ತರವಿದೆ. ಬೇರೆ ಆಟಗಳಲ್ಲಿ ಆಡುವ ಇಬ್ಬರೂ ಆಟಗಾರರಿಗೂ ಇದು ಆಟವೆಂದು ತಿಳಿದಿರುತ್ತದೆ. ಆದರೆ ಜಲ್ಲಿಕಟ್ಟುವಿನಲ್ಲಿ ಹಾಗಲ್ಲ. ಮನುಷ್ಯನಿಗೆ ಮಾತ್ರ ಇದು ಆಟ. ಮೃಗಕ್ಕೆ ಅದು ಗೊತ್ತಿಲ್ಲ. ಆಟವೆಂದು ತಿಳಿಯದ ಮೃಗವನ್ನು ಅಡಗಿಸಲು ಮನುಷ್ಯನಿಗೆ ಸಾಕಷ್ಟು ಯುಕ್ತಿಗಳಿವೆ. ಮೃಗವು ಅದನ್ನೆಲ್ಲಾ ಮೀರಿ ಆತನಿಂದ ತಪ್ಪಿಸಿಕೊಳ್ಳಬೇಕು. ಅದರ ಕೆಲವು ಅಂಶಗಳು ವಾಡಿವಾಸಲ್ ನಲ್ಲಿ ವಿವರವಾಗಿಯೇ ಬರೆಯಲಾಗಿದೆ. ಮನುಷ್ಯನೊಳಗೂ ಬಚ್ಚಿಟ್ಟುಕೊಂಡಿರುವ ಮೃಗತ್ವವನ್ನು ಹೇಳುವ ಕೃತಿಯಾಗಿದೆ ಈ ವಾಡಿವಾಸಲ್.

ಸೋತು ಹೋದ ತನ್ನ ಕಾರಿಯನ್ನು ಗುಂಡಿಟ್ಟು ಕೊಲ್ಲುವ ಜಮೀನ್ದಾರನ ಒಳಗಿರುವ ಅದೇ ಮೃಗತ್ವ, ತಂದೆಯ ಸಾವಿಗೆ ಸೇಡು ತೀರಿಸಿಕೊಳ್ಳಲು ಬರುವ ಪಿಚ್ಚಿಯಲ್ಲೂ ಕಾಣಬಹುದು. ಅದರ ತೀವ್ರತೆಗಳು ಮತ್ತು ಉದ್ದೇಶಗಳು ಬೇರೆ ಅಷ್ಟೆ. ಗೂಳಿಯೆಂಬುದು

ಜಮೀನ್ದಾರನಿಗೆ ತನ್ನ ಅಧಿಕಾರದ ಗುರುತು. ತನ್ನ ಗೂಳಿಯನ್ನು ಯಾರಿಂದಲೂ ಅಡಗಿಸಲು ಸಾಧ್ಯವಿಲ್ಲ ಎಂಬ ವಿಶ್ವಾಸದ ಜೊತೆಗೆ ಅಡಗಿಸಲು ಯಾರೂ ಬರಬಾರದೆಂಬ ಅವರ ನಿರೀಕ್ಷೆಯೂ ಇಲ್ಲಿ ಮುಖ್ಯವಾದದ್ದು. ಪಿಚ್ಚಿ, ಕಾರಿಯನ್ನು ಅಡಗಿಸಲು ಬಂದಿದ್ದಾನೆಂಬ ವಿಷಯವನ್ನು ಜಮೀನ್ದಾರರು ಖಾತರಿ ಪಡಿಸಿಕೊಳ್ಳುವ ವಿಧಾನವು ಮತ್ತು ಅದರ ನಂತರ ನಡೆಯುವ ಸಂಭಾಷಣೆಯು ಮುಖ್ಯವಾದದ್ದು. ಕಾರಿಯ ಚಲನೆ, ಸಾಮರ್ಥ್ಯ ಮತ್ತು ಆಕ್ರೋಶ ಇವು ಯಾವೂ ಸಾಮಾನ್ಯ ಗೂಳಿಯಂಥದ್ದಲ್ಲ. ಪಿಚ್ಚಿಯ ಎದುರು ನಿಂತಿರುವ ಆಕೃತಿ ಗೂಳಿಯಾಗಿರಬಹುದು. ಆದರೆ ಅದು ಗೂಳಿಯಲ್ಲ. ಅವನ ಪ್ರಕಾರ ಅದು ಗೂಳಿ ರೂಪದ ಮನುಷ್ಯನೇ. ಕಾರಿಯನ್ನು ಅಡಗಿಸಿದ ನಂತರ ಜನ ಮಾತನಾಡಿಕೊಳ್ಳುವ ಮಾತುಗಳು ಜಮೀನ್ದಾರನ ಕಿವಿಗೆ ಸಾಧಾರಣವಾಗಿ ಕೇಳುವುದಿಲ್ಲ. ಎಲ್ಲವೂ ಚುಚ್ಚು ಮಾತುಗಳಂತೆ ಅನ್ವಯಿಸುತ್ತವೆ. ಅವರ ಮುಖಭಾವ ದಿಢೀರನೇ ಬದಲಾಗಿ ಸಿಟ್ಟು ಹುಟ್ಟುತ್ತದೆ. 'ಮೂಡಣದೋನು ಜಮೀನ್ ಗೂಳೀನ ಅಡಗುಸ್ಬುಟ್ಟ', 'ಹುಣ್ಸೆ ಹಣ್ ಹಿಸುಕ್ದಂಗ್ ಹಿಸುಕ್ಬುಟ್ಟ ಕಲಾ' ಮುಂತಾದ ಮಾತುಗಳು ಅವರ ಅಧಿಕಾರವನ್ನು ಪ್ರಶ್ನಿಸುವಂತಾಗುತ್ತವೆ. ಅಧಿಕಾರಕ್ಕೆ ಕಳಂಕ ತಂದ ಕಾರಿಯನ್ನು ಜಮೀನ್ದಾರರು ಹೇಗೆ ತಾನೆ ಒಪ್ಪುತ್ತಾರೆ?

ಜನರೆಲ್ಲಾ ಸೇರುವ ಇಂತಹ ಕ್ರೀಡಾ ಸಮಯಗಳಲ್ಲಿ ಮನುಷ್ಯರ ಮಧ್ಯೆ ಇರುವ ಅಸಮಾನತೆಯಿಂದಾಗುವ ಸಾಧಕ ಬಾಧಕಗಳನ್ನೂ ವಾಡಿವಾಸಲ್ ಸೂಕ್ಷ್ಮವಾಗಿ ಬಿಚ್ಚಿಡುತ್ತದೆ. ಜಮೀನ್ದಾರನೆಂಬ ವ್ಯಕ್ತಿಯ ಮುಂದೆ ಮಹಾಶೂರನಾದ ಪಿಚ್ಚಿ ಕೈ ಕಟ್ಟಿ ನಿಲ್ಲುತ್ತಾನೆ. 'ಜಮೀನ್' ಮನೆತನಕ್ಕೆ ಆತ ತೋರುವ ಗೌರವ, ಈ ಅತಿ ವಿನಯ, ಇನ್ನೂ ಹೇಳಬೇಕೆಂದರೆ ಗುಲಾಮತನ. ಜಮೀನ್ದಾರರಿಗೆ ಬೆನ್ನು ತೋರಿಸಿ ನಡೆಯಬಾರದು, ಧ್ವನಿ ಏರಿಸಿ ಮಾತನಾಡಬಾರದು. ಸೂಕ್ಷ್ಮವಾಗಿ ಗಮನಿಸಿದರೆ, ಜಮೀನ್ದಾರನು ಮತ್ತು ಪಿಚ್ಚಿಯೂ ಒಂದೇ ಜಾತಿಗೆ ಸೇರಿದವರೇ ಆಗಿರುತ್ತಾರೆ. ಆದರೆ ಆ ಜಾತಿಯೊಳಗೆ ಉಪಜಾತಿಗಳಿವೆ. ಅದರಲ್ಲಿ ಜಮೀನ್ದಾರ ಒಡೆಯ. ಪಿಚ್ಚಿ ಕೈ ಆಳು.

ಕಾರಿ ಪ್ರವೇಶಿಸಿದ ನಂತರ ಕಥೆಯ ಓಟಕ್ಕೆ ಬೇರೊಂದು ಬಲ ಸಿಕ್ಕಿದಂತಾಗುತ್ತದೆ. ಪಿಚ್ಚಿಗೂ ಕಾರಿಗೂ ನಡುವೆ ಶುರುವಾಗುವ

ಪಂದ್ಯ ರಣರಂಗದ ಕಾಳಗದಂಥದ್ದು. ಇಲ್ಲಿ ಪಿಚ್ಚಿ ಜಮೀನ್ದಾರನ ಮುಂದೆ ಕೈ ಕಟ್ಟಿ ನಿಂತಿದ್ದ ವ್ಯಕ್ತಿ ಅಲ್ಲ. ವಾಡಿವಾಸಲ್ ಆತನ ಕೋಟೆ. ಅವನ ಅಖಾಡ! ವಿನಯದಿಂದ ಬೆನ್ನು ಬಾಗಿ ನಿಂತಿದ್ದ ಆಳು ಈಗ ತನ್ನ ಅಧಿಕಾರದ ರೂಪಕದ ಮೇಲೆ ಉಸ್ತುವಾರಿ ಹೊಂದಿರುವುದು ಜಮೀನ್ದಾರರಿಗೆ ಜೀರ್ಣಿಸಲಾಗದ ಸಂಗತಿ. ಇಂತಹ ವಿಷಯಗಳನ್ನು ಬಹಳ ಚುರುಕಾಗಿ ಮತ್ತು ಒತ್ತಿ ಹೇಳಿದ್ದಾರೆ ಚೆಲ್ಲಪ್ಪ.

ಅಧಿಕಾರ, ಜಾತಿಯ ದರ್ಪ ಮೊದಲಾದ ಸಮಾಚಾರಗಳನ್ನು ವಿರೋಧಿಸುವ ಸ್ಥಳವಾಗಿಯೂ ವಾಡಿವಾಸಲ್ ಅನ್ನು ಕಾಣಬಹುದು. ಪಿಚ್ಚಿಯ ತಂದೆ ಅಂಬುಲಿ ಕಾರಿಯನ್ನು ಅಡಗಿಸಲು ಯತ್ನಿಸಿ ಸೋತವನು. ಅವನ ಮಗ ತಂದೆಯ ದಾರಿಯನ್ನೇ ಹಿಡಿಯುತ್ತಾನೆ. ತಂದೆಯ ಹೆಸರನ್ನು ಕಾಪಾಡುವ ಉದ್ದೇಶವಿದೆ ಅವನಲ್ಲಿ. ಅಂಬುಲಿಯ ತಲೆಮಾರಿನ ಮುದುಕನೊಬ್ಬ ಪಿಚ್ಚಿಗೆ ಅಖಾಡದ ಸೂಕ್ಷ್ಮಗಳನ್ನು ತಿಳಿಸುತ್ತಾನೆ. ಅದೇ ರೀತಿ ಪಿಚ್ಚಿಗೆ ವಿರೋಧವಾಗಿಯೂ ನಿಲ್ಲುವ ಕೆಲವರನ್ನು ಕಾಣಬಹುದು. ಮುಖ್ಯವಾಗಿ ಜಮೀನ್ ಕಡೆಯವನೇ ಪಿಚ್ಚಿಗೆ ವಿರೋಧಿ. ಇಲ್ಲಿ ವಂಚನೆ, ಆಕ್ರೋಶ, ದ್ವೇಷ, ಸಾಧಿಸುವ ಛಲ ಎಲ್ಲವೂ ಇದೆ. ಇದೊಂದು ರಣರಂಗ. ಜಲ್ಲಿಕಟ್ಟು ಎಂಬುದನ್ನು ಇಲ್ಲಿ ಅಧಿಕಾರ ವಿರೋಧದ ರೂಪಕವಾಗಿ ಕಾಣಬಹುದು.

ಚಿ.ಸು. ಚೆಲ್ಲಪ್ಪ ವಾಡಿವಾಸಲ್ ಅನ್ನು ವಿವರಿಸುವ ವಿಧಾನ, ಪಾತ್ರಗಳನ್ನು ಬೆಳೆಸುವ ರೀತಿ, ಕಟ್ಟಿಕೊಡುವ ನೈಜ ಚಿತ್ರಣ – ಇವುಗಳಿಂದ ಅವರು ಎಂಥಾ ಶ್ರೇಷ್ಠ ಸಾಹಿತಿಯೆಂಬುದನ್ನು ತೋರಿಸುತ್ತದೆ. ಜಲ್ಲಿಕಟ್ಟು ಮೃಗವನ್ನು ಹಿಂಸಿಸುವ ಕ್ರೀಡೆಯೆಂದು ವಿಮರ್ಶಿಸುವ ಪ್ರಾಣಿದಯಾ ಗುಂಪಿನವರು, ಒಮ್ಮೆ ವಾಡಿವಾಸಲ್ ಅನ್ನು ಓದಬೇಕು.

● **ಪೆರುಮಾಳ್ ಮುರುಗನ್**

ಬಿ.ಆರ್. ಶಂಕರ್ ಅನುವಾದ ಸಾಹಿತ್ಯ ಮಾಲೆ

ದಿ. ಶ್ರೀ ಬಿ.ಆರ್. ಶಂಕರ್ (1933–2016) ಕನ್ನಡ ಸಾಹಿತ್ಯ ಲೋಕದಲ್ಲಿ ಸುಮಾರು ಐದು ದಶಕಗಳ ಕಾಲ ತಮ್ಮನ್ನು ತೊಡಗಿಸಿಕೊಂಡಿದ್ದರು. ಮಕ್ಕಳ ಸಾಹಿತ್ಯ, ಅನುವಾದ, ವಿಶಿಷ್ಟ ವಿಚಾರಗಳ ಸಂಕಲನ ಇವರ ಕಾರ್ಯಕ್ಷೇತ್ರಗಳಾಗಿದ್ದವು. ಕನ್ನಡದ ಬಹುತೇಕ ಜನಪ್ರಿಯ ಪತ್ರಿಕೆಗಳಲ್ಲಿ ಇವರ ಮಕ್ಕಳ ಕಥೆಗಳು ಹಾಗೂ ಅನುವಾದಿತ ಲೇಖನ, ಕಥೆ, ಕಾದಂಬರಿಗಳು ಪ್ರಕಟವಾಗಿದ್ದವು. 'ಪ್ರಿಯಾ', 'ಗುರುತು', 'ತೀರ್ಪು', 'ಬಾಡದ ಕುಸುಮ', 'ಮಗಳ ಕೈಗಳು' – ತಮಿಳಿನಿಂದ ಕನ್ನಡಕ್ಕೆ ಅನುವಾದಿಸಿದ ಪ್ರಮುಖ ಕಾದಂಬರಿಗಳು. 'ದೇಶ ವಿದೇಶದ ಕಥೆಗಳು', 'ಪುಟಾಣಿಗಳಿಗಾಗಿ ಪುಟ್ಟ ಪುಟ್ಟ ಕಥೆಗಳು' – ಚಿಣ್ಣರಿಗಾಗಿ ಬರೆದಿದ್ದ ಕಥಾ ಸಂಕಲನ. ಭಾರತ–ಭಾರತಿ ಪುಸ್ತಕ ಮಾಲೆಯಲ್ಲಿ 'ಚಿದಂಬರಂ ಪಿಳ್ಳೈ' ಮತ್ತು 'ತಿರುವಳ್ಳುವಾರ್' – ಮುಖ್ಯ ಪ್ರಕಟಣೆಗಳು. ಜೀವನದಲ್ಲಿ ಅಪಾರವಾದ ಆಸಕ್ತಿಯನ್ನು ಹೊಂದಿದ್ದ ಶಂಕರ್, ಜಗತ್ತಿನ ಹಾಗೂ ಜೀವನದ ಸ್ವಾರಸ್ಯಕರ ಘಟನೆಗಳನ್ನು ತಮ್ಮ ಬರಹಗಳ ಮೂಲಕ ಜನರಿಗೆ ತಲುಪಿಸುವುದರಲ್ಲಿ ಸಕ್ರಿಯವಾಗಿದ್ದರು. ಈ ನಿಟ್ಟಿನಲ್ಲಿ ಜಗತ್ತಿನ ಅತ್ಯುತ್ತಮ ಪುಸ್ತಕಗಳ ಅನುವಾದದ ಮೂಲಕ ವಿಭಿನ್ನ ಸಂಸ್ಕೃತಿ, ಜನಜೀವನವನ್ನು ಕನ್ನಡದ ಜನರಿಗೆ ತಲುಪಿಸುವುದು ಈ ಸಾಹಿತ್ಯ ಮಾಲೆಯ ಉದ್ದೇಶವಾಗಿದೆ. ಅವರ ಕುಟುಂಬದವರು ಈ ಮಾಲೆಯ ಪ್ರಕಟಣೆಗಾಗಿ 'ಛಂದ ಪುಸ್ತಕ'ದೊಡನೆ ಕೈ ಜೋಡಿಸಿದ್ದಾರೆ.

ವಾಡಿವಾಸಲ್

ಜಲ್ಲಿಕಟ್ಟು ಶುರುವಾಗುವುದಕ್ಕೂ ಬಹಳ ಮುಂಚಿತವಾಗಿಯೇ ವಾಡಿವಾಸಲ್, ಅಂದರೆ ದನಗಳನ್ನು ಹೊರಬಿಡುವ ಇಕ್ಕಟ್ಟಾದ ಬಾಗಿಲು, ಸುತ್ತಲೂ ಜನ ಕಿಕ್ಕಿರಿದು ನಿಂತಿದ್ದರು. ನೆರೆದಿದ್ದ ಗುಂಪಿಗೆ ಇನ್ನಷ್ಟು–ಮತ್ತಷ್ಟು ಜನ ಕೋಲಾಹಲದಿಂದ ಸೇರುತ್ತಲೇ ಇದ್ದರು. ಜನಸಂದಣಿಯಲ್ಲಿ ಯಾರಾದರೂ ಆಸಾಮಿ ಹೆದರು ಪುಕ್ಕಲನಿದ್ದರೆ ಮುಗಿಯಿತು ಅವನ ಕಥೆ; ವಾಡಿವಾಸಲ್‌ನಿಂದ ಹೊರ ಬರುವ ಗೂಳಿ ತುಸು ಆಚೀಚೆ ನುಗ್ಗಿದರೂ ಭಯಕ್ಕೆ ಆತ ಒಂದು ಹೆಜ್ಜೆ ಹಿಂದೆ ಹೋಗಲೂ ಆಗದಷ್ಟು ಜನಸಂದಣಿ ಅಲ್ಲಿತ್ತು. ಗೂಳಿ ಪಳಗಿಸುವುದರಲ್ಲಿ ಅನುಭವವನ್ನೂ ಸಾಮರ್ಥ್ಯವನ್ನೂ ಪಡೆದ ಅನೇಕರು ಆ ಗುಂಪಿನಲ್ಲಿದ್ದರು. ಇನ್ನುಳಿದವರಲ್ಲಿ ಗೂಳಿ ಪಳಗಿಸುವುದನ್ನು ಕಲಿಯಲು ಬಂದವರು ಕೆಲವರಾದರೆ, ಇನ್ನುಳಿದ ಅಷ್ಟೂ ಜನ ಇದು ಅಪಾಯದ ಆಟವೆಂದು ತಿಳಿದಿದ್ದರೂ ಕೇವಲ ಅದರ ಮೋಜನ್ನು ನೋಡಲು ಕುತೂಹಲದಿಂದ ಬಂದಿದ್ದವರಾಗಿದ್ದರು.

ಬಿಸಿಲಿನ ತೀವ್ರತೆಗೆ ಕಪ್ಪು ಕರಕಲಾಗಿದ್ದ ಜನರ ಬೆತ್ತಲೆ ಬೆನ್ನುಗಳನ್ನು ಮಧ್ಯಾಹ್ನದ ಸೂರ್ಯ ತನ್ನ ಅಖಾಡವಾಗಿಸಿಕೊಂಡಿದ್ದ. ಪುಟಿದು ಜಿನುಗುವ ಬೆವರಿನ ಹನಿಗಳು ಬೆನ್ನಿನ ನಡುವೆ ಒಗ್ಗೂಡಿ ಕಾಲುವೆಯಾಗಿ ಹರಿದು ಕೆಳಕ್ಕೆ ಇಳಿಯುತ್ತಿದ್ದವು. ಪ್ರತಿಯೊಬ್ಬರ ಒಳಗೂ ಎಲ್ಲೋ ಅವಿತು ಕೂತಿರುವ ಮೃಗದಂತಹ ಕ್ರೂರತನ ಈ ಹೊತ್ತಿನಲ್ಲಿ ಹೆಚ್ಚಾಗಿ, ಮನುಷ್ಯ ಬಲ ಮತ್ತು ಪ್ರಾಣಿಬಲಗಳ ನಡುವಿನ

ಸಂಘರ್ಷವನ್ನು ಕಾಣಲು ಕಾತುರದಿಂದ ಕಾಯುತ್ತಿದ್ದರು. ಈ ಕಾಯುವಿಕೆಯ ಕೌತುಕದ ಎದುರು ಬೆನ್ನನ್ನು ಸುಡುವ ಸೂರ್ಯನ ಶಾಖ ಅವರನ್ನು ಹೆಚ್ಚಾಗಿ ಬಾಧಿಸಲಿಲ್ಲ.

ಗೂಳಿಗಳನ್ನು ವಾಡಿವಾಸಲ್‌ನಿಂದ ಬಿಡಲು ಇನ್ನೂ ಸಾಕಷ್ಟು ಸಮಯವಿತ್ತು. ಪಡುವಣಕ್ಕೆ ಸೂರ್ಯ ಜಾರಿ ಬಿಸಿಲು ಕಡಿಮೆಯಾಗಲು ಆಯೋಜಕರೆಲ್ಲಾ ಕಾಯುತ್ತಿದ್ದರು. ಮೊದಲನೇ ಗೂಳಿಯನ್ನು ಬಿಡುವುದಕ್ಕೂ ಮುನ್ನ ಗ್ರಾಮ ದೇವತೆಯಾದ ಸೆಲ್ಲಾಯಿ ಅಮ್ಮನಿಗೆ ಮತ್ತು ಇತರೆ ಊರ್ಗಾವಲು ದೇವತೆಗಳಿಗೆ ಪೂಜೆ ಸಲ್ಲಿಸಬೇಕಿತ್ತು. ಪೂಜೆಯೆಲ್ಲಾ ಮುಗಿದು, ಧಗೆಯೂ ಇಳಿದು ಒಂದು ಮಟ್ಟಕ್ಕೆ ಭೂಮಿ ತಂಪಾದಾಗ ಸಮಯ ಸರಿಯಾಗಿರುತ್ತದೆ ಎಂಬುದು ಜನರ ಲೆಕ್ಕಾಚಾರ.

ಆ ದಿನ ಬಿಸಿಲೇರುವುದಕ್ಕೂ ಮೊದಲೇ ನಾಕಾರು ದಿಕ್ಕುಗಳಿಂದ ಜನ ಹೊರಟಿದ್ದರು. ಎಂಟು–ಹತ್ತು ತಾಸು

ನಡಿಗೆಯ ದೂರದ ಹಳ್ಳಿಗಳಿಂದ, ಹೆಗಲಿಗೆ ಕೋಲು, ಊಟದ ಬುತ್ತಿ ಕಟ್ಟಿಕೊಂಡು ದಿಡ್ಡಿಬಾಗಿಲ ಕಡೆಗೆ ಸಾಲು ಸಾಲಾಗಿ ಜನರು ಲಗ್ಗೆಯಿಟ್ಟಿದ್ದರು. ಇದಲ್ಲದೇ ಗಾಡಿ ಕಟ್ಟಿಕೊಂಡು ದೂರದೂರುಗಳಿಂದ ಬಂದ ಜನರೂ ಇದ್ದರು.

ಜನರಿಗೆ ಪೈಪೋಟಿಯಂತೆ ಎತ್ತುಗಳೂ ಬಂದಿದ್ದವು. ಬಹುದೂರದಿಂದ ಸಾಕಷ್ಟು ಎತ್ತುಗಳು ಹಿಂದಿನ ದಿನವೇ ಬಂದು ಸೇರಿದ್ದವು. ಆ ಸಂಖ್ಯೆಯನ್ನೂ ಮೀರುವ ಹಾಗೆ ಈ ದಿನವೂ ಹೆಚ್ಚು ಹೆಚ್ಚು ಎತ್ತುಗಳು ಕಣಕ್ಕೆ ಸೇರ್ಪಡೆಯಾಗುತ್ತಲೇ ಇದ್ದವು. ಎರಡೆಳೆ ಅಥವಾ ಮೂರೆಳೆ ಹಗ್ಗಗಳ ಮೂಗುದಾರವನ್ನು ಹಾಕಿ ಎತ್ತುಗಳನ್ನು ನಿಗ್ರಹಿಸಿ ಕರೆ ತರುತ್ತಿದ್ದರು. ವಾಡಿವಾಸಲ್‌ನ ಹಿಂದೆ ದನಗಳು ಮತ್ತು ದನ ಕಾಯುವವರ ದಟ್ಟಣೆ ಯಾವ ಮಟ್ಟಿಗೆ ತುಂಬಿತ್ತೆಂದರೆ, ಆ ಒತ್ತಡಕ್ಕೆ ಯಾವ ಕ್ಷಣದಲ್ಲಿ ಬೇಕಾದರೂ ಸುತ್ತಲೂ ಹಾಕಿದ್ದ ಬೇಲಿ ಕತ್ತರಿಸಿ ಹೋಗುವಂತಿತ್ತು.

'ಸೆಲ್ಲಾಯಿ ಸಾಟ್ಟು' ಎಂದರೆ ಸುತ್ತುಮುತ್ತಲಿನ ಹಳ್ಳಿಗಳಲ್ಲೆಲ್ಲಾ ಹೆಸರು ವಾಸಿಯಾದ ಜಲ್ಲಿಕಟ್ಟು. ಇಡೀ ಊರಿಗೂರೇ ಜಾತ್ರೆಯ ಸಡಗರದಲ್ಲಿ ಅಲ್ಲಿ ಮಿಂದೇಳುತ್ತದೆ. ವಿವಿಧ ಸೀಮೆಗಳಿಂದ ದನಗಳನ್ನು ಇಲ್ಲಿಗೆ ಕರೆತರಲಾಗುತ್ತದೆ. ಸಾಮಾನ್ಯ ಕೂಲಿಯಾಳೇ ಆಗಲಿ, ಕೃಷಿಕನೇ ಆಗಲಿ, ದೊಡ್ಡ ಜಮೀನ್ದಾರನೇ ಆಗಲಿ, ಪ್ರತಿಯೊಬ್ಬನೂ ತನ್ನ ಎತ್ತಿನ ಪ್ರತಿಷ್ಠೆಯನ್ನು ತನ್ನ ಸೀಮೆಯ ಆಚೆಗೂ ದಿಗ್ವಿಜಯ ಮಾಡಿ ತೋರಿಸಿ ಹೆಸರು ಗಳಿಸುವ ಆಸೆಯಿಂದ 'ಸೆಲ್ಲಾಯಿ ಸಾಟ್ಟು'ಗೆ ಮುನ್ನುಗ್ಗಿ ಬಂದಿರುತ್ತಾನೆ.

ಅದೇ ಮನಸ್ಥಿತಿಯಲ್ಲೇ ಎತ್ತು ಅಡಗಿಸುವವರು, ಅಂದರೆ ದನ ಪಳಗಿಸುವವರು, ಸಹ ಬಂದು ಸೇರಿರುತ್ತಾರೆ. 'ಲೇಯ್, ಗೂಳೀನ್ ಮಣ್ ಮುಕ್ಕೋದಂದ್ರೆ ಅದು ಸೆಲ್ಲಾಯಿ ಜಲ್ಲಿಕಟ್ಟಲ್ಲೇ ಮುಕ್ಕುಸ್ಬೇಕು. ಅಹುದ ಅಂದ್ರೆ ಅಯ್ಯ! ಬೇರೆ ಜಲ್ಲಿಕಟ್ಟು ಇದರ ಥರ ಆಗ್ಬುಡುತ್ತೇನ್ಲಾ?' ಎಂಬುದು ಈ ಜಲ್ಲಿಕಟ್ಟಿನ ಕುರಿತು ಜನ ಆಡುವ ಹೆಮ್ಮೆಯ ಮಾತು. ಜಿಲ್ಲೆಯ ಪೂರ್ವ, ದಕ್ಷಿಣ ಪ್ರದೇಶಗಳಲ್ಲಿ ಎತ್ತು ಅಡಗಿಸುವ ವಿದ್ಯೆಯಲ್ಲಿ ಹೆಸರು ಗಳಿಸಿದವರೆಲ್ಲಾ ಸೆಲ್ಲಾಯಿ ಜಲ್ಲಿಕಟ್ಟಿನ ವಾಡಿವಾಸಲ್ ಅನ್ನು ನೋಡಲು ಎದೆಯೆತ್ತಿ, ಧಿಮಾಕಿನ ನಡೆಯಲ್ಲಿ ಬರುತ್ತಾರೆ. "ಯಾರ ಎತ್ತು ಅಂತ ಹೆಸ್ರ್ ಹೇಳಿ ಅದನ್ನ

ನುಗ್ಸಿದ ಮ್ಯಾಲೆ, ಅದ್ನ ಮಣ್ ಮುಕ್ಸಿ, ಯಾವನು ಮೂಗುದಾರನ ಕಳಚ್ತಾನೋ ಅದನ್ನೂ ನೋಡೇ ಬಿಡುಮಾ...' – ಇದುವೇ ಸವಾಲ್.

ಪ್ರಾಣಿಯನ್ನು ಬೇಕಂತಲೇ ಕೆರಳಿಸಿ ಅದರ ರೋಷದ ಎಲ್ಲೆಯನ್ನು ಕಂಡುಕೊಂಡು, ನಂತರ ಅದನ್ನು ನಿಗ್ರಹಿಸಿ ವಶಪಡಿಸಿಕೊಳ್ಳುವ ಕಲೆಯಲ್ಲಿ ಅವರೆಲ್ಲರೂ ಪರಿಣಿತರೆ. ಗೂಳಿಯ ಗೂನನ್ನು ತೆಕ್ಕೆಯಲ್ಲಿ ಅವಚಿಕೊಂಡು ಕೊಂಬುಗಳೆರಡನ್ನು ಕೈಗಳಲ್ಲಿ ಒತ್ತಿ ಹಿಡಿದು, ಅದು ಎಗರದ ಹಾಗೆ, ನಾಲ್ಕು ಕಾಲ್ಗಳೂ ಅಲುಗಾಡದಂತೆ ಕೆಲವು ಕ್ಷಣಗಳು ನಿಗ್ರಹಿಸಬೇಕು. ಅನಂತರ ಎತ್ತಿನ ಕಾಲುಗಳು ಶಕ್ತಿಗುಂದಿ, ಮಂಡಿ ಮಡಚಿ, ಕೆಳಗೆ ಕುಸಿದು ಶರಣಾಗಬೇಕು. ಅದು ಸಾಧ್ಯವಾಗದಿದ್ದರೆ ಎತ್ತು ಅಡಗಿಸಲು ಬಂದವನು ತನಗೆ ತಾಕತ್ತಿಲ್ಲವೆಂದು ಊರ ಜನರೆದುರು ಒಪ್ಪಿಕೊಳ್ಳಬೇಕು. ಇಳಿಸಂಜೆ ಹೊತ್ತಿನಲ್ಲಿ ಅಖಾಡಕ್ಕೆ ಇಳಿಯುವ, ಮನುಷ್ಯ ಮತ್ತು ಮೃಗದ ಬಲಪ್ರಯೋಗದ ಪಂದ್ಯದಲ್ಲಿ – ಗೆದ್ದು ವೀರನಾಗು ಅಥವಾ ಸೋತು ಮಣ್ಣು ಮುಕ್ಕು – ಎರಡರಲ್ಲಿ ಒಂದು ಫಲಿತಾಂಶವಾಗಿರುತ್ತದೆ.

ಈ ಎರಡು ಫಲಿತಾಂಶದಲ್ಲಿ ಒಂದನ್ನು ಅನುಭವಿಸಲು ಪಿಚ್ಚಿಯೂ ಆ ದಿನ ತಿಟ್ಟಿವಾಸಲ್‌ನ, ಅಂದರೆ ಮತ್ತೊಂದು ಹತ್ತಿರದಲ್ಲಿದ್ದ ಚಿಕ್ಕಬಾಗಿಲು, ಬಳಿ ಕಾದು ನಿಂತಿದ್ದ. ತಿಟ್ಟಿವಾಸಲ್‌ನ ಬಲಗಡೆಗೆ ಸೊಂಟದೆತ್ತರಕ್ಕೆ ನೆಟ್ಟಿದ್ದ ಅಡ್ಡಗೋಲಿನ ಮೇಲೆ ಪಿಚ್ಚಿ ಎದೆಯೊರಗಿ ನಿಂತುಕೊಂಡಿದ್ದ. ಒಳಗಿನ ಬನಿಯನ್ ಕಾಣುವಷ್ಟು ತೆಳ್ಳಗಿನ ಅಂಗಿ ಧರಿಸಿ, ತಲೆಗೊಂದು ಮುಂಡಾಸು ಏರಿಸಿಕೊಂಡು ವಾಡಿವಾಸಲ್‌ನ ಕಡೆಯೇ ನೋಡುತ್ತಾ ನಿಂತಿದ್ದ. ಅವನ ಪಕ್ಕದಲ್ಲಿ ಅವನಂತೆಯೇ ಉಡುಪು ಧರಿಸಿ ಮರುದನ್ ನಿಂತಿದ್ದ. ಮರುದನ್ ಪಿಚ್ಚಿಯ ಗೆಳೆಯನೂ ಹೌದು, ಬಾಮೈದನೂ ಹೌದು. ಬಾವ ಬಾಮೈದರಿಬ್ಬರೂ ಯಾವುದೇ ಜಲ್ಲಿಕಟ್ಟಾಗಲಿ ಒಬ್ಬರನ್ನು ಬಿಟ್ಟು ಮತ್ತೊಬ್ಬರು ಹೋಗುವುದಿಲ್ಲ.

ಎತ್ತು ಅಡಗಿಸುವುದರಲ್ಲಿ ಒಳ್ಳೆ ಕಸುಬುದಾರನೆಂದು ಕರೆಸಿಕೊಳ್ಳುವ ಯಾವೊಬ್ಬನೂ ಪಂದ್ಯಕ್ಕೂ ಮುನ್ನ ತಾನು ನಿಲ್ಲಲು ಸರಿಯಾದ ಜಾಗವನ್ನು ಆಯ್ಕೆ ಮಾಡಿಕೊಳ್ಳಬೇಕು.

ಎಲ್ಲರೂ ಹಾತೊರೆಯುವ 'ಸರಿಯಾದ ಜಾಗ'ದಲ್ಲೇ ಈಗ ಪಿಚ್ಚಿ ಮತ್ತು ಮರುದನ್ ನಿಂತಿದ್ದರು. ಕೊಟ್ಟಿಗೆಯೊಳಗಿಂದ ಹೊರ ಹೊಮ್ಮುವ ಎತ್ತು ರೋಷದ ಕಣ್ಣುಗಳಿಂದ ಸುತ್ತಲೂ ನೋಡುತ್ತಾ ತಿಟ್ಟಿವಾಸಲ್‌ನ ಬಳಿ ಬಂದು, ತೇವದ ಮೂಗಿನ ತುದಿಯನ್ನು 'ಉರ್' ಎಂದು, ಚೂಪಾದ ಈಟಿಯಂತಹ ಕೊಂಬುಗಳನ್ನು ಹೊರ ಹಾಕಿ, ಇನ್ನೇನು ನುಗ್ಗುವಾಗ ಅದರ ಕಣ್ಣಿಗೆ ಕಾಣದಂತೆ ಮರೆಯಿಂದ ದಿಢೀರೆಂದು ಅದರ ಮೇಲೆ ಬೀಳುವುದಕ್ಕೆ ಅದುವೇ ಸರಿಯಾದ ಜಾಗ. ಹಾಗೆಯೇ ಅಪಾಯಕರವಾದ ಜಾಗವೂ ಹೌದು! ಏಕೆಂದರೇ, ಹೊರ ಬರುವ ಗೂಳಿಗಳ ಮನಸ್ಥಿತಿ ಹೇಗಿರುತ್ತದೆ ಎಂಬುದನ್ನು ಊಹಿಸುವುದು ಬಹಳ ಕಷ್ಟ. ಇದ್ದಕ್ಕಿದ್ದ ಹಾಗೆ ಅಡ್ಡಗೋಲಿನ ಕಡೆ ನಿಂತಿರುವವನನ್ನು ಅದೇನಾದರೂ ಗುಮ್ಮಲು ಬಂದಿತೆಂದರೆ ಓಡಲು ಸಹ ಜಾಗವಿರುವುದಿಲ್ಲ. ಗೂಳಿಗಳ ವರ್ತನೆಯನ್ನು ಸಂಪೂರ್ಣವಾಗಿ ಅರಿತವನಿಗೂ ಅಖಾಡದಲ್ಲಿ ಅವುಗಳ ಚಲನೆಯನ್ನು ಊಹಿಸುವುದು ಅಸಾಧ್ಯ. ಆದರೆ ಪಿಚ್ಚಿಯ ಮನೆತನವು ವಂಶ ಪಾರಂಪರಿಕವಾಗಿ ಅಡಗಿಸುವ ಕಸುಬನ್ನು ಮೈಗೂಡಿಸಿಕೊಂಡು ಬಂದಿದೆ. ಆತನಿಗೆ ಈ ಕುರಿತಾಗಿ ಉಳಿದವರಿಗಿಂತ ಹೆಚ್ಚು ಜ್ಞಾನವೂ, ಆತ್ಮವಿಶ್ವಾಸವೂ ಇದೆ.

ಪಿಚ್ಚಿಯ ಕಣ್ಣುಗಳಲ್ಲಿ ಏನನ್ನೋ ನಿರೀಕ್ಷಿಸುತ್ತಿರುವ ಚುರುಕುತನ ಹೊಳೆಯುತ್ತಿತ್ತು. ಅವನ ನೋಟ ಕ್ಷಣಕ್ಕೊಮ್ಮೆ ಕೊಟ್ಟಿಗೆಯಿಂದ ವಾಡಿವಾಸಲ್‌ಗೆ, ವಾಡಿವಾಸಲ್‌ನಿಂದ ದನಗಳು ಓಡಲು ದಾರಿ ಮಾಡಿಕೊಟ್ಟಿರುವ ಇಕ್ಕಳದ ಜನರ ಕಡೆಗೆ ಹರಿದಾಡುತ್ತಿತ್ತು. ಅಕಸ್ಮಾತ್ ಕೊಟ್ಟಿಗೆಯಿಂದ ದನಗಳು ಹೊರಗೆ ಓಡಿ ಬರುವವೋ, ಆವೇಶದಲ್ಲಿ ನುಗ್ಗಿ ಗಲಭೆ ಎಬ್ಬಿಸಿ ಬಿಡುವವೋ ಎಂಬುದನ್ನೇ ಆತನ ನೋಟ ಎದುರು ನೋಡುತ್ತಿತ್ತು. ಒಳ್ಳೆಯ [illegible] ಅಲ್ಲ, [illegible] ಇರಬೇಕು. ವಾಡಿವಾಸಲ್‌ಗೆ ಬರಮಾಡಿಕೊಳ್ಳುತ್ತಿರುವ ದೈತ್ಯ ದನಗಳ ಕೊರಳಿಗೆ ಕಟ್ಟಿರುವ ಘಂಟೆಗಳ ಸದ್ದು ಆತನ ಕಿವಿಗಳಿಗೆ ಬೀಳುತ್ತಲೇ ಇದ್ದವು. ಗಂಭೀರವಾದ ಮೆಲುನಡಿಗೆಯಲ್ಲಿ ಒಂದರ ಹಿಂದೆ ಒಂದಾಗಿ ಮಾಂಸ–ಮಲೆಗಳಂತೆ ದನಗಳು ವಯ್ಯಾರವಾಗಿ ನಡೆದು ಹೋಗುವುದನ್ನು ಸೂಕ್ಷ್ಮವಾಗಿ ಗಮನಿಸುತ್ತಲಿದ್ದನು. ತಿಟ್ಟಿವಾಸಲ್

ಒಳಗೆ ತಮ್ಮ ಬೃಹದಾಕಾರವನ್ನು ನುಗ್ಗಿಸಿ ಕೊಟ್ಟಿಗೆಯೊಳಗೆ ಹೋಗುವಾಗ ಹಿಸುಕಿದ ಹುಣಸೆಹಣ್ಣಿನ ಹಾಗೆ ನುಸುಳುತ್ತಿದ್ದವು.

"ಏನ್ ಅಳಿಯಾ, ಈವೊತ್ತು ವಾಡಿಪುರಂ ಕತ್ತೆ ಗೆಲ್ಲುತ್ತೇಂತ್ಯಾ?" ಇಬ್ಬರಲ್ಲಿ ಎರಡು ಮೂರು ವರುಷ ಸಣ್ಣವನಾದ ಮರುದನ್ ಸಂಶಯದ ಧ್ವನಿಯಲ್ಲಿ ಕೇಳಿದ.

"ಹಂಗೇ ಅನುಸ್ತದೆ. ನೋಡುಮಾ..." ಅಂತ ಪಿಚ್ಚೆ ರಾಗ ಎಳೆದನು. ಮರುದನ್ ಧ್ವನಿಯಲ್ಲಿದ್ದ ಸಂಶಯಕ್ಕಿಂತ ಪಿಚ್ಚೆಯ ಧ್ವನಿಯಲ್ಲಿ ಹೆಚ್ಚು ಸಂಶಯವಿತ್ತು. ಒಂದು ವೇಳೆ ಆ ಸಂಶಯ ನಿಜವಾದರೆ ಅದರಿಂದಾಗುವ ನಿರಾಸೆಯನ್ನೂ ಅವನ ಮಾತಲ್ಲಿ ಕಾಣಬಹುದಿತ್ತು.

"ಥೂ! ಸೆಲ್ಲಾಯಿ ಸಾಟ್ಟು ಅಂದ್ರೆ ಭಾರೀ ಹೆಸ್ರುವಾಸಿ ಅಂತ ಜಂಭ ಕೊಚ್ಕಂಡ್ರಲ್ಲಪ್ಪೋ. ಇದೇನಾ ಇವ್ರ್ ಅಬ್ಬರ?" ಕೀಟಲೆ ನಗುವೊಂದಿಗೆ ಮರುದನ್ ಹೇಳಿದ.

"ಅದೇಲ್ವಾ? ನಮ್ಮೂರ್ ಸಂತೇಲಿ ತಮಟೆ ಬಾರ್ಸಿ ಪ್ರಚಾರ ಬ್ಯಾರೆ ಮಾಡುದ್ರಲ್ಲೋ ಬಾಮೈದಾ!" ಪಿಚ್ಚೆಯೂ ನಗುತ್ತಲೇ ಹೇಳಿದ. "ಎಲ್ಲಾ ಬರೀ ಬಾಯ್ಮಾತು ಅಸ್ಟೇ ಕಲಾ!"

"ಅಬ್ಬೋವ್, ಸಾವ್ರಗಟ್ಲೆ ದನಗಳು ಕೊಟ್ಗೆ ತುಂಬಾ ತುಂಬ್ಕಂಡಿರ್ತೈತೆ ಅಂತ ಊರಗಲ ಬಾಯ್ಬುಟ್ರು... ಪಾಪಿ ನನ್ಮಕ್ಳು!"

"ಇಲ್ಲಿ ಬಂದು ನೋಡುದ್ ಮ್ಯಾಕೆ ಗ್ವತ್ತಾಯ್ತೈತೆ ಇವ್ರ್ ಬಂಡ್ವಾಳ"

ಇಬ್ಬರ ಕೊಂಕು ಮಾತಿನ ಜೊತೆಗೆ ಮೂಗಿಂದ ಹೊರಟ ಗೇಲಿ ನಗುವು ಕೊಂಚ ಗಟ್ಟಿಯಾಗಿಯೇ ಕೇಳಿಸಿತು. ನಗು ನಿಂತ ಕೂಡಲೇ ತಮ್ಮ ಬೆನ್ನ ಹಿಂದೆ ಯಾರೋ ಗಂಟಲು ಸರಿಪಡಿಸಿಕೊಂಡ ಸದ್ದು ಕೇಳಿಸಿ, ಇಬ್ಬರೂ ಮೆಲ್ಲಗೆ ತಿರುಗಿದರು. ಬರಡು ಭೂಮಿಯ ಹಾಗೆ ಬಿರುಕು ತುಂಬಿಕೊಂಡ ಮುದುಕನ ಮುಖ ಗೋಚರಿಸಿತು. ಆಳವಾದ ಬಾವಿಯ ಗುಳಿಯಂತಿದ್ದ ಆತನ ಕಣ್ಣುಗಳು ಇವರಿಬ್ಬರನ್ನೂ ಮೇಲಿಂದ ಕೆಳಗೆ ಅಳತೆಯಿಟ್ಟಿತು.

"ಯಾರಯ್ಯಾ ನೀವು? ಮೂಡಣದ್ ಸೀಮೇವ್ರಾ?" ಹಲ್ಲುಗಳಿಲ್ಲದ ಕಾರಣ ಎಲೆ ಅಡಿಕೆಯ ರಸವನ್ನು ಬಾಯಿಂದ ಸೋರಿಸುತ್ತಾ, ಅಶುದ್ಧ ಉಚ್ಚಾರಣೆಯಲ್ಲಿ ಮಾತನಾಡಿದ

ಮುದುಕ. "ನೀವ್ಗಳ್ ಮಾತಾಡದ್ ನ್ವಾಡುದ್ರೆ ಹಂಗೇ ಅನುಸ್ತೈತೆ... ಮೂಡಣಾನ?"

"ಹೌದು ಅಜ್ಜಯ್ಯ... ಮೂಡಣದವ್ರೇಯಾ..." ಮರುದನ್ ಉತ್ತರಿಸಿದ. ಪಿಚ್ಚಿಯೂ ಮುದುಕನನ್ನು ನೋಡುತ್ತಾ ತುಟಿಗಳ ಮೇಲೆ ಮಂದಹಾಸ ತಂದುಕೊಂಡು ತಲೆಯಾಡಿಸಿದನು.

"ನೀವ್ ಮಾತಾಡಿದ್ ಕೇಳುಸ್ಕಂಡೆ... ನೀನೊಂದ್ ಮಾತಂದೆ... ಇವ್ನೆಲ್ಡ್ ಮಾತಂದ... ಏನ್ರಯ್ಯಾ ನಿಮ್ದು?" ಖಂಡಿಸುವ ಧಾಟಿಯಲ್ಲಿ ಮುದುಕ ನುಡಿದ.

"ಏನಿಲ್ಲ ಅಜ್ಜಯ್ಯ, ಸುಮ್ಕೆ ನಾವ್ ನಾವೇ ಹಂಗೇ ಮಾತಾಡ್ಕಂಡೋ" ಮಾತು ಬೆಳೆಸುವ ಆಸಕ್ತಿಯಿಲ್ಲದೆ ತುಂಡರಿಸಿದ ಮರುದನ್.

"ಆದ್ರೆ ನಿವ್ ಮಾತ್ ಈ ಮುದ್ಕನ್ ಕಿವೀಗ್ ಬಿತ್ತಲ್ಲಯ್ಯಾ... ಏನೂ ಇಲ್ಲ ಅಂದ್ರೆ ಹೆಂಗೆ?" ಮುದುಕ ಮಾತು ಮುಂದುವರೆಸಿದ. "ಇನ್ನೊಂದೆಲ್ಡ್ ತಾಸು ಇರಿ... ಐನೂರ್ಗಿಂತ ಒಂದ್ ದನ ಕಮ್ಮಿಯಾದ್ರೂವೇ ಅಖಾಡದಾಗೆ ಎಂಜ್ಲು ಉಗುದ್ಬುಟ್ ಹೊಂಟೋಗೀವ್ರಂತೆ... ಆಯ್ತಾ?" ಬೊಚ್ಚು ಬಾಯಿಂದ ತಂಬಾಕಿನ ಘಾಟು ಹೊರ ಬರಲು, ಕೊಂಚ ಆವೇಶದಲ್ಲಿ ಕೆನ್ನೆಗೆ ಬಾರಿಸಿದಂತೆ ನುಡಿದ. ಎದುರು ನಿಂತಿದ್ದ ಯುವಕರ ಮುಖಕ್ಕೆ ಎಲೆ–ಅಡಿಕೆಯ ಎಂಜಿಲು ಹೂಮಳೆಯಾಗಿ ಹನಿಯಿತು.

"ಸಬ್ಬಾಸ್ ಅಜ್ಜಯ್ಯೋ... ಸರ್ಯಾಗ್ ಯೋಳ್ದೆ ಅವ್ರುಕ್ಕೆ!" ಪಕ್ಕದಲ್ಲಿ ನಿಂತಿದ್ದ ಅದೇ ಊರಿನ ಜನ ಕೇಕೆ ಹಾಕಲು ಶುರು ಮಾಡಿದರು.

ಮುದುಕನ ಸವಾಲು ಮತ್ತು ಊರ ಜನರ ಗೇಲಿ ನಗುವು ಪಿಚ್ಚಿಗೆ ಚುಚ್ಚಿದಂತಾದರೂ, ಸುಧಾರಿಸಿಕೊಂಡು, ತಾನೂ ಅವರ ಜೊತೆ ನಗುತ್ತಾ ಮುದುಕನನ್ನು ಸಮಾಧಾನ ಪಡಿಸಲು ಇಚ್ಛಿಸಿದವನ ಹಾಗೆ ವಿನಯವಾಗಿ ನುಡಿದನು. "ಅಜ್ಜಯ್ಯ, ಸೆಲ್ಲಾಯಿ ಜಲ್ಲಿಕಟ್ಟನ್ನ ಕೀಳಾಗಿ ಮಾತಾಡ್ಬೇಕು ಅನ್ನೋ ಉದ್ದೇಸ ನಮ್ಗಿರ್ನಿಲ್ಲ... ನೀವ್ ತೆಪ್ಪಾಗ್ ತಿಳ್ಕಬ್ಯಾಡಿ". ಊರಿನ ಜನರನ್ನು ಎದುರು ಹಾಕಿಕೊಳ್ಳಬಾರದೆಂಬ ನಾಜೂಕು ಆತನ ಧ್ವನಿಯಲ್ಲಿತ್ತು. ಮರುದನ್‌ನೂ ಅದೇ ಮಾತನ್ನು ಹೇಳಿ ಹಿರಿಯರನ್ನು ಶಾಂತಗೊಳಿಸುವ ಅಕ್ಕರೆ ತೋರಿದನು.

ವಾಸ್ತವದಲ್ಲೂ ಕೀಳಾಗಿ ಮಾತನಾಡುವುದು ಅವರ ಉದ್ದೇಶ ಆಗಿರಲಿಲ್ಲ. ಅವರು ಪಾಲ್ಗೊಂಡಿದ್ದ ಬೆರಳೆಣಿಕೆಯಷ್ಟು ಅದ್ದೂರಿ ಜಲ್ಲಿಕಟ್ಟುಗಳ ಅನುಭವದಿಂದ ಸೆಲ್ಲಾಯಿ ಜಲ್ಲಿಕಟ್ಟನ್ನು ವಿಮರ್ಶಿಸಿದ್ದರು ಅಷ್ಟೆ. ಕೊಟ್ಟಿಗೆಯು ಚಿಕ್ಕದಾಗಿದ್ದು, ದನಗಳಿಗೆ ಜಾಗ ಸಾಲದೆ ಹೊರಗೆ ನಿಂತಿರುವುದನ್ನು ಗಮನಿಸಿದ್ದರು. ವಾಡಿವಾಸಲ್ ಬಳಿ ಗೂಳಿ ಅಡಗಿಸಲು ನಿಂತಿದ್ದ ಜನರ ಸಂಖ್ಯೆಯೂ ಹೆಚ್ಚಾಗಿ ಇಲ್ಲವೆಂಬುದು ಅವರ ಅರಿವಿಗೆ ಬಂದಿತ್ತು. ಆದರೂ –

"ಹಾ! ಹಂಗ್ ವಪ್ಕಳೀ ಮತ್ತೆ..." ಎಂದು ಯುವಕರ ವಿನಯವನ್ನು ಸ್ವೀಕರಿಸಿ, ಕ್ಷಮಿಸಿದ ಹಾಗೆ ಮುದುಕ ಹೇಳಿದನು. "ಆದ್ರೆ ತಮ್ಮಂದ್ರಾ, ನನ್ ಬಿಳಿ ಮೀಸೆ ಅನುಬೌದಾಗೆ ಒಂದ್ ಮಾತ್ ಹೇಳ್ತೀನ್ ತಿಳ್ಕಳಿ. ನಾಲ್ಗೆ ಉದ್ದ ಮಾಡಿ ಹೆಂಗಂದ್ರೆ ಹಂಗೆ ಮಾತಾಡಿದ್ರೋ, ಆ ಸೆಲ್ಲಾಯಿ ತಾಯಿ ಕಣ್ ಬುಟ್ಬುಡ್ತಾಳೆ, ಆಮ್ಯಾಕೆ ಅಪಾಯ ತಪ್ಪಕ್ಕಿಲ್ಲ. ಉಸಾರು"

"ಬುದ್ಧಿ ಯೋಳಿ ಅಜ್ಜಯ್ಯ, ಎಲ್ಡ್ ಮಾತಿಲ್ದೇ ವಪ್ಕತೀವಿ. ತಾಯಿ ಮೈಮೆ ಗೊತ್ತಿಲ್ದೇ ನಾವ್ ನಡ್ಕಳಕಿಲ್ಲ" ಪಿಚ್ಚೆ ವಿನಯದಿಂದ ನುಡಿದನು. "ಸೆಲ್ಲಾಯಿನ ತೆಪ್ಪಾಗ್ ಮಾತಾಡೋ ಧಿಮಾಕು ಅದ್ಯಾವ್ ನಾಯಿಗೈತೆ ಯೋಳಿ..."

"ಅದೇಯಾ!" ಮುದುಕ ಮೆಚ್ಚಿದನು. "ಸ್ಯಾನೆ ಪರಿಚಯ ಇರಂಗೆ ಮಾತಾಡ್ತಿದೀವಲ್ಲ. ನಿಮ್ ಬಗ್ಗೆ ಏನೂ ಹೇಳೇ ಇಲ್ವಲ್ಲ ನೀವು?" ಕುತೂಹಲದಿಂದ ಕೇಳಿದನು.

"ಅದ್ನ ಹೇಳಕ್ಕೇನಂತೆ! ನನ್ನೆಸ್ರು ಪಿಚ್ಚಿ... ಇವ್ನು ಮರುದನ್, ನನ್ ಬಾಮೈದಾ"

"ಓ! ಮೂಡಣದಾಗೇ ಎಲ್ಲಿ?"

"ಉಸಿಲನೂರು..."

"ಉಸಿಲನೂರಾ?" ಮುದುಕ ಧ್ವನಿಯೇರಿಸಿ ಕೂಗಿದನು. "ಅಥವಾ, ಅಕ್ಕ ಪಕ್ಕದೂರಾ?"

"ಉಸಿಲನೂರೇ ಅಜ್ಜಯ್ಯಾ... ಯಾಕೆ?"

"ಇಲ್ಲ... ಏನಿಲ್ಲ. ದಿಟ್ವಾಲೂ ಉಸಿಲನೂರಾ? ಉಸಿಲನೂರ್‌ನೋರಾ ನೀವು?" ಪದೇ ಪದೇ ಊರ ಹೆಸರನ್ನು ಗೊಣಗಿಕೊಂಡನು. ಅವನ ಮುಖದಲ್ಲಿ ಹೆಮ್ಮೆ, ಹೊಗಳಿಕೆ ಮತ್ತು

ಭಕ್ತಿ ಭಾವ ಕಾಣತೊಡಗಿತು. "ಜಲ್ಲಿಕಟ್ಟು ಹುಟ್ಟಿದ್ದೇ ಉಸಿಲನೂರ್ ಗರ್ಭದಾಗೇ ಕಣಪ್ಪಾ! ಆ ಮಣ್ಣಲ್ ಹುಟ್ಟೋದುಕ್ಕೆ ಹೋದ್ ಜನ್ಮದಾಗೆ ಪುಣ್ಯ ಮಾಡಿರ್ಬೇಕು. ಅವ್ವುನ್ ಹೊಟ್ಟೆಯಿಂದ ಕೂಸು ಆಚೆ ಬರ್ವಾಗ್ಲೇ ಜಲ್ಲಿಕಟ್ಟು ಅಖಾಡಾನ ನೆನೀತಾ ಬರ್ತದಂತೆ ನಿಮ್ಮೂರ್ನಾಗೆ... ಕೈ ಎತ್ತಿ ಮುಗ್ಯೋಂತ ಊರ್ ಕಣ್ರಯ್ಯಾ ನಿಮ್ದು... ಉಸಿಲನೂರೇನಾ ನಿಮ್ದು?" ಮುದುಕನ ಉತ್ಸಾಹ ಅತಿಯಾಗುತ್ತಲೇ ಇತ್ತು.

ಸಂತಸದಲ್ಲಿ ಒಂದೇ ಸಮನೆ ಮಾತನಾಡಿದುದರಿಂದ ಬಾಯಿಂದ ಸೋರಿದ ರಕ್ತಗೆಂಪಿನ ಎಂಜಲು ಎದೆಯ ಮೇಲೆ ಕಾರಿತ್ತು. ಮುದುಕ ತನ್ನ ಎಡ ಅಂಗೈಯಿಂದ ಒರೆಸಿಕೊಂಡು, ತೋಳಿನ ಮೇಲಿದ್ದ ಬಟ್ಟೆಯಿಂದ ಬಾಯನ್ನೂ ನೇವರಿಸಿಕೊಂಡನು.

ಮೂಡಣಗಾರರಿಬ್ಬರೂ ಈ ಹೊಗಳಿಕೆಯನ್ನು ಹೆಮ್ಮೆಯಿಂದಲೇ ಸ್ವೀಕರಿಸಿದರು. ಆದರೂ ಪಿಚ್ಚೆ ಉತ್ತರಿಸುವ ಸಲುವಾಗಿ "ಆದ್ರೂವೇ ಅಜ್ಜಯ್ಯಾ, ನಿಮ್ ಸೆಲ್ಲಾಯಿ ಜಲ್ಲಿಕಟ್ಟೂನೂ ಏನ್ ಕಮ್ಮಿ ಇಲ್ಲ... ನ್ವಾಡ್ತಿದೀವಲ್ಲ"

ಮುದುಕ ನಸು ನಕ್ಕು "ಹಂಗೇ ಮಾತ್ ಬದ್ಲಾಯಿಸ್ಬುಟ್ರಿ ನೋಡುದ್ರಾ? ಈ ಮುದ್ಕನ್ನ ಹಂಗೆಲ್ಲಾ ಬುಟ್ಟೀಗ್ ಹಾಕ್ಕಳಕ್ ಆಗಕಿಲ್ಲ. ಸಣ್ ಹೈದಾ ಕಣಯ್ಯಾ ನೀನು. ಅರ್ಥ ಆಯ್ತ? ಮೂಡಣದ್ ಜಲ್ಲಿಕಟ್ಟು ಅಂದ್ರೆ ಅದೊಂದ್ ಥರಾ ಹಬ್ಬಾನೇಯಾ!" ಹೇಳುವಾಗ ಮುದುಕನ ಭುಜ ಹೆಮ್ಮೆಯಲ್ಲಿ ಕುಲುಕಿತು. ಒಂದೆರಡು ಕ್ಷಣ ಸುಮ್ಮನಿದ್ದು, ವಿಷಯ ಬದಲಿಸುವವನ ಹಾಗೆ ಅವರನ್ನು ನೋಡಿದನು. "ಹವ್ದಾ, ವಾಡಿಪುರಂ ಕತ್ತೆ ಅಂತ ಮಾತಾಡ್ಕತಿದ್ರಲ್ಲಾ? ಅದ್ಯಾವ್ ಎತ್ತಿಗೆ ಹಂಗಂದಿದ್ದು? ಕಾರಿ ನಾ?"

ಕಾರಿ ಎಂಬ ಹೆಸರನ್ನು ಕೇಳಿದೊಡನೆ ಅವರಿಬ್ಬರೂ ಶ್ರದ್ಧೆಯಿಂದ ತಲೆಯಾಡಿಸಿ ಹೌದು ಎಂದರು. ಮುದುಕ ಮುಂದೇನು ಹೇಳುವನೆಂಬ ಕುತೂಹಲ ಅವರಿಬ್ಬರಲ್ಲೂ ಕಾಣುತ್ತಿತ್ತು.

"ಮೂರ್ನೇ ವರ್ಸಾ ಮೂಡಣದ್ ಸೀಮೆಯಿಂದ ನಮ್ ಪೆರಿಯಪಟ್ಟಿ ಜಮೀನ್ದಾರು ಎಲ್ಡ್ ಸಾವ್ರ ರೂಪಾಯಿಗೆ ಕೊಂಡ್ಕಂಡ್ ಬಂದ್ರಲ್ಲ... ಅದ್ನೇ ಅಲ್ವೇ ನೀವ್ ಯೋಳ್ತಿರೋದು?"

"ಅದೇ... ಅದೇಯಾ" ಮರುದನ್ ಉತ್ಸಾಹವನ್ನು ಅಡಗಿಸಲಾಗದೆ ಉತ್ತರಿಸಿದ. "ಈವೊತ್ತು ಜಲ್ಲಿಗೆ ಅದು ಬತ್ತದಲ್ಲ ಅಜ್ಜಯ್ಯಾ?"

ಅವರ ಸುತ್ತಲೂ ನಗು. ಬೊಚ್ಚುಬಾಯಿ ಮುದುಕನೂ ಸಹ ಗಹಗಹಿಸಿ ನಕ್ಕನು. "ಸೆಂದಾಕ್ ಕೇಳ್ದೇ ಕಣಯ್ಯಾ ನೀನು, ಅದು ಬತ್ತದಾ ಅಂತ! ಪೆರಿಯಪಟ್ಟಿ ಜಮೀನ್ ಎತ್ತುಗಳ್ ಬರ್ದೇ ಸೆಲ್ಲಾಯಿ ಜಲ್ಲಿಕಟ್ಟನ್ನ ನಾನ್ ಇಲ್ಲೀಗಂಟ ನೋಡಿದ್ದೇ ಇಲ್ಲ. ನನ್ ಮೀಸೇನೂ ಬೆಳ್ಳಾಗೋಯ್ತು... ಸೆಂದಾಕ್ ಕೇಳಿಸ್ಕ. ನಾನ್ ಈಟುದ್ದ ಹುಡ್ಗನಾಗಿದ್ದಾಗಿಂದ ಈವೊತ್ತಿನ್ ಗಂಟ ಸೆಲ್ಲಾಯಿ ಜಲ್ಲೀನಾ ಒಂದ್ ಕಿತಾನೂ ತಪ್ಪೋದ್ನೇ ಅಲ್ಲ. ಜಮೀನ್ದಾರ್ ಹೆಸ್ರ್ ಯೋಳಿ ಪ್ರತಿ ವರ್ಸಾನೂ ಎತ್ತುಗಳ್ ಬತ್ತಾನೆ ಅವೆ. ಅದು ಅವ್ರ್ ಪರಂಪರೆ. ಗ್ವತ್ತಾಯ್ತ?"

"ಈಗ್ ಗ್ವತ್ತಾಗ್ತೈತೆ ಅಜ್ಜಯ್ಯಾ... ಇಲ್ಲೀಗಂಟ ನಾವ್ ಬರೀ ಕಿವಿಯಾರೆ ಕ್ಯೋಳಿದ್ವಿ ಅಸ್ಟೇಯಾ... ಇದೇ ಮದಲ್ನೇ ಕಿತಾ ನಾವ್ ನೋಡಕ್ ಬತ್ತಿರೋದು... ಅದ್ಕೆ ನಿಮ್ಮಂತ ದೊಡ್ಡೋರ್ ತಾವ ಕೇಳಿ ತಿಳ್ಕತಿದೀವಿ" ಪಿಚ್ಚೆಯ ಮಾತು ಮುದುಕನಿಗೆ ಇನ್ನಷ್ಟು ವಿವರಗಳನ್ನು ಹೇಳುವ ಹಾಗೆ ಕಿಚ್ಚು ಹತ್ತಿಸಿತು.

"ಗೊತ್ತೈತೆ ನಂಗೆ. ಅದ್ಕೇ ಅಲೂರಾ ನಾನೂವೇ ನಿಮ್ಗೆ ಇದ್ನೆಲ್ಲಾ ಯೋಳ್ತಿರೋದು" ಗರ್ವದಿಂದ ಮುದುಕ ಹೇಳಿದನು. "ಕೊಟ್ಗೆ ತೆಗ್ಯೋ ಹೊತ್ತಿಗೇನೆ ಜಮೀನ್ ಎತ್ತುಗಳ್ನ ಕರ್ಕಂಬರೋದು. ಪೆರಿಯಪಟ್ಟಿ ದನಗಳು ಕಮ್ಮಿ ಅಂದ್ರೂ ಶೇಕಡ ಮೂರಿಂದ ನಾಲ್ಕರಷ್ಟು ಇದ್ದೇ ಇರ್ತೈತೆ... ಅದ್ ಹೆಂಗ್ ಇಷ್ಟ್ ಖಚಿತವಾಗ್ ಹೇಳ್ತೀವ್ನಿ ಅಂತ ನೋಡ್ತಿದ್ಯಾ? ಅದೋ, ಅಲ್ನೋಡು... ಅಲ್ಲಿ! ಮುಂಡಾಸು ಮತ್ತೆ ಬೆತ್ತ ಹಿಡ್ಕಂಡ್ ನಿಂತೋರಲ್ಲ ದಾಂಡಿಗ್ರು, ಅವ್ರ್ ಯಾರು ಗ್ವತ್ತಾ? ಜಮೀನ್ ಆಳುಗಳು. ಗುಂಪಾಗೇ ಬತ್ತಾರೆ, ಗುಂಪಾಗೇ ಓಯ್ತಾರೆ. ಗೊತ್ತಾಯ್ತಾ?"

"ನೀವ್ ನಮ್ ಪಾಲಿಗೆ ನಿಧಿ ಸಿಕ್ಕಂಗೆ ಸಿಕ್ರಿ ಅಜ್ಜಯ್ಯಾ... ಇನ್ನೂವೇ ಹೇಳಿ, ತಿಳ್ಕತೀವಿ" ಎಂದು ಮುದುಕನನ್ನು ಅಟ್ಟಕ್ಕೇರಿಸಿದನು ಮರುದನ್.

ಹೊಗಳಿಕೆ ತಲೆಗೇರಿದ ಕೂಡಲೇ ಮುದುಕ ಮೈ ಮರೆತು

ಮಾತನಾಡಲು ಶುರು ಮಾಡಿದನು. "ಅವ್ರೇ ಕಣ್ರಯ್ಯಾ ಈ ಜಲ್ಲಿಕಟ್ಟನ್ನ ನಡ್ಸೋರು. ಜಲ್ಲೀನೇ ಅವ್ರುದೇ ಅಲೂರಾ! ವಂದ್ ಇಡೀ ನೋಟು– ಸಾವ್ರುಪಾಯಿ! ಹಕ್ಕು ಪೂರ ತನಗೇ ಆಗ್ಬೇಕು ಅಂತ ಕೊಟ್ಟು ಕೊಂಡ್ಕಂಬುಟ್ರು. ಸರಿ, ಅಲ್ನೋಡಿ. ತಿಟ್ಟಿವಾಸಲ್ ತಾವ... ಮೇಲೆ ಸಿಂಗಾರವಾಗ್ ವೇದಿಕೆ ಹಾಕೋರಲ್ಲ. ಅಲ್ಲಿರೋ ನಡು ಕುರ್ಚಿ ಜಮೀನ್ದಾರ್ರಿಗೆ! ಸಬ್ ಕೆಲೇಟ್ರು, ಸೂಪ್ರೆಂಟು ಯಾರಾನ ಬಂದ್ರೆ ಅವ್ರ್ ಪಕ್ಕದಲ್ಲೇ ಕುಂತ್ಕತಾರೆ. ಅವ್ರುಗಳ್ನ ಬುಟ್ರೆ ಬ್ಯಾರೆ ಯಾವ್ ನಾಯೀನೂ ಆ ವೇದ್ಕೇನಾ ಮೂಸ್ ನೋಡಕ್ಕೂ ಆಗಕಿಲ್ಲ... ಅವ್ರಿಗೇನೇ ಮೊದಲ್ನೇ ಮರ್ವಾದೆ. ಅವ್ರ್ ತಾತ ಮುತ್ತಾತಯ್ಯನೋರ್ ಕಾಲ್ದಿಂದ ಹಿಂಗೇ ನಡ್ಕಂಡ್ ಬತ್ತಿರೋದು"

ಮುದುಕನ ಗತಪುಂಗವಿಯನ್ನು ಕೇಳುತ್ತಲೇ ಮೂಡಣದ ಯುವಕರಿಬ್ಬರ ಕಣ್ಣುಗಳು ಹೋಗುವ–ಬರುವ ಎತ್ತುಗಳನ್ನೂ ಸಹ ಗಮನಿಸುತ್ತಲೇ ಇದ್ದವು. ದಿಢೀರನೆ, ನದಿಯ ದಾರಿಯ ಕಡೆಯಿಂದ ಜನರ ಸದ್ದು ಕೇಳಲಾರಂಭಿಸಿತು. ಸಡಗರದ ವಾತಾವರಣ ಸೃಷ್ಟಿಯಾಯಿತು. ಮುಂಡಾಸು–ಬೆತ್ತ ಹಿಡಿದಿದ್ದ ಆ ಗುಂಪಿನ ಆಳುಗಳು ಗೊಂದಲಗೊಂಡಿದ್ದ ಜನರನ್ನು ನಿಗ್ರಹಿಸಿ, ದಾರಿ ಮಾಡಿಕೊಂಡರು. ಗೋ–ಸಪ್ಪಳ ಕೇಳಲಾರಂಭಿಸಿತು.

"ಬತ್ತೈತೆ ಕಣ್ರಪ್ಪೋ!"

"ಪೆರಿಯಪಟ್ಟಿ ಗೂಳಿಗಳು!"

"ನೋಡಿದ್ಯೇನ್ಲಾ ತಮ್ಮ, ಮಾತು ಬಾಯಿಂದಾಚೆ ಬತ್ತಿದ್ದಂಗೆ ಅವುಗಳು ಬಂದ್ಬುಟ್ವು! ಸಿಮ್ಮದಂಗೆ ಇಪ್ಪತ್ತು ಗೂಳಿಗಳು, ಒಂದ್ರಿಂದೆ ಒಂದು ಅಂಟ್ಕಂಡ್ ಬತ್ತಿರೋದ್ ನ್ವಾಡು. ಇಂಥಾ ನೋಟ ಇನ್ನೆಲ್ಲಾನ ಸಿಗ್ತದಾ ಹೇಳು?" ಮುದುಕ ಉತ್ಸಾಹದಲ್ಲಿ ಕೂಗಿದನು.

ಎತ್ತುಗಳನ್ನು ನೋಡಿದ ಕೂಡಲೇ ಜನರ ಗುಂಪು ಶಿಳ್ಳೆ–ಚಪ್ಪಾಳೆ ಹೊಡೆದು ತಮ್ಮ ಉತ್ಸಾಹವನ್ನು ತೋರ್ಪಡಿಸಿತು. ಕೊರಳಿಗೆ ಕಾಲಿಗೆ ಎರಡೆರಡು ಗೆಜ್ಜೆಗಳನ್ನು ಕಟ್ಟಿಕೊಂಡು ಜೋರು ಸಪ್ಪಳದೊಂದಿಗೆ, ಭೂಮಿ ಅದುರುವ ಹಾಗೆ, ಧೂಳೆಬ್ಬಿಸಿಕೊಂಡು ಎತ್ತುಗಳು ಬಂದವು.

ಮುದುಕ ಇನ್ನೇನೋ ಸ್ವಂತ ಹೆಗ್ಗಳಿಕೆಯ ಮಾತನಾಡಲು ಮುಂದಾದವನು, ಯುವಕರ ಗಮನ ತನ್ನ ಕಡೆಗೆ ಇಲ್ಲವೆಂಬುದನ್ನು

ಅರಿತು ಸುಮ್ಮನಾದನು. ಪಿಚ್ಚೆ ಮತ್ತು ಮರುದನ್ ಕಣ್ಣೋಟವು ಎತ್ತಿಂದ ಎತ್ತಿಗೆ ಜಿಗಿಯುತ್ತಿತ್ತು. ಆದರೂ ಮುದುಕನ ಉತ್ಸಾಹ ಆತನನ್ನು ಸುಮ್ಮನಿರಲು ಬಿಡಲಿಲ್ಲ. ಯುವಕರ ಸಮೀಪಕ್ಕೆ ಬಂದು "ತಮ್ಮಂದ್ರಾ..." ಎಂದು ಮಾತು ಶುರು ಮಾಡಿದನು.

"ಹೇಳಿ ಅಜ್ಜಯ್ಯಾ. ಕಿವಿ ಕ್ಯೋಳುಸ್ಕತಾನೇ ಐತೆ... ನೀವ್ ಯೋಳಿ..." ಎಂದನು ಪಿಚ್ಚೆ, ಎತ್ತುಗಳ ನಡುವೆ ಓಡುತ್ತಿದ್ದ ನೋಟವನ್ನು ಮುದುಕನ ಕಡೆಗೆ ತಿರುಗಿಸದೆ.

"ಅಗೋ, ಮೊದಲ್ನೇದಾಗ್ ಬರ್‍ತೈತೆ ನೋಡು ಅದೇ ಕರುಂಬೈ ಗೂಳಿ – ಆನೆಗೆ ಹೊದ್ದುಸ್ದಂಗೆ ಅದ್ರಿಂದೇನೆ ಬರ್‍ತೈತೆ

ನೋಡು... ಅದು ಕಟ್ಟೈಯ್ಯಾ, ಶಾಂತವಾಗಿ ಹೆಜ್ಜೆ ಹಾಕ್ತೈತಲ್ಲ ಅದು ಜಮೀನ್ದಾರ್ ಮನೆ ಕೂಸು... ನ್ವಾಡಕ್ ಒಂದ್ ಥರಾ ಕಾಣ್ತೈತೆ, ಸಲೀಸಾಗ್ ಹಿಡುದಾಕ್ಬೋದು ಅಂತ ಅನುಸ್ತೈತೆ. ಆದ್ರೆ ವಿಷಭಯಂಕ್ರ. ಗೂನು ಮ್ಯಾಲೆ ಕೈ ಮಡುಗುದ್ರೆ ಗುಮ್ಮಿ ಎತ್ತಾಕ್ಬುಡುತ್ತೆ ಕಣ್ರಪ್ಪಾ... ಎಡ್ರ್ಗು ಸಿಹಿ ಗೆಣಸನ್ನ ಕೆತ್ತಿದಂಗೆ ಕೊಂಬೈತೆ ನೋಡು... ಹಿಡುತಕ್ಕೇ ಸಿಗಕಿಲ್ಲ. ಚೂಪಾದ್ ಕೊಂಬು ಕಂಕುಳಿಗೆ ತಾಕ್ತು ಅಂದ್ರೆ ಕೈ ಮಾತ್ರ ಕಿತ್ಕಂಡ್ ಬಂದ್ಬುಡ್ತೈತೆ!" ಒಂದೇ ಉಸಿರಲ್ಲಿ ಮುದುಕ ಹೇಳಿ ಮುಗಿಸಿದನು. ಎತ್ತುಗಳು ಅವರ ಮುಂದೆಯೇ ಸಾಗಿ, ತಿಟ್ಟಿವಾಸಲ್ ಒಳಗೆ ನುಸುಳುತ್ತಿದ್ದವು.

ಮುದುಕನ ಪಕ್ಕ ನಿಂತಿದ್ದ ಅದೇ ಊರಿನವನ ತೋಳನ್ನು ತಟ್ಟಿ, ಮುದುಕ ಮುಂದುವರೆಸಿದ. "ಏನಪ್ಪಾ, ನಾನ್ ಹೇಳಿದ್ ಸರಿ ತಾನೆ? ನಮ್ ಸಂಗ್ಲಿ ಹೈದನ್ನ ಎತ್ತಾಕ್ತಲ್ಲ... ಗೆಪ್ತಿ ಐತಾ? – ಏನ್ಲಾ ಹಂಗ್ ಪಿಳಿಪಿಳಿ ಅಂತ್ಯಾ... ಗೆಪ್ತಿ ಇಲ್ವಾ?"

"ಹಾ... ಗೊತ್ತು ಗೊತ್ತು ಮಾವಯ್ಯೋ! ಆ ವತ್ತಲಕುಳಂ ಗೂಳೀನಾ ಸಲೀಸಾಗ್ ಹಿಡುದಾಕಿದ್ನಲ್ಲ... ಅವ್ನೇ ಅಲೂರಾ?" – ಎಂದು ವಿಷಯ ತಿಳಿದವನ ಹಾಗೆ ನಟಿಸಿದನು.

"ಥತ್, ಯಾವನ್ಲಾ ಇವ್ನು... ವತ್ತಲಕುಳಂ ಗೂಳಿನೂ ಒಂದ್ ಗೂಳೀನೇನ್ಲಾ? ಉಫ್ ಅಂದ್ರೆ ಉರುಳೋಯ್ತದೆ... ಅದ್ರು ಬಗ್ಗೆ ಮಾತಾಡಿ ಮತಿಗೆಡುಸ್ ಬ್ಯಾಡ ನೀನು... ನಾನ್ ಯೋಳ್ತಿರೋದು ಇದ್ರು ಬಗ್ಗೆ... ಇದ್ರು ತಾವ ಸಿಕ್ಕಾಕ್ಕಂಡು ಅವ್ನ್ ಪಟ್ಟಿದ್ ಪಾಡು ನೋಡ್ಬೇಕಿತ್ತು ನೀನು... ಕೊಂಬನ್ನ ಕೆಳ ಹೊಟ್ಟೇಗ್ ಹಾಕಿ ತಿವ್ದು ಎತ್ ಬಿಸಾಕ್ಬುಡ್ತು... ಅವ್ನ್ ಬದ್ಕವ್ನೋ ಇಲ್ವೋ..."

ಪಿಚ್ಚಿಯೂ ಮರುದನೂ ಇವೆಲ್ಲವನ್ನೂ ಕೇಳಿಸಿಕೊಳ್ಳುತ್ತಲೇ, ಜಮೀನ್‌ದಾರರ ದನಗಳ ನಡತೆ, ಗುರಿ, ಗುಣ ಇತ್ಯಾದಿಗಳನ್ನು ಗಮನಿಸುತ್ತಿದ್ದರು. ಹಲವು ದನಗಳು ಹೋಗಿದ್ದವು.

"ಏನ್ ಅಜ್ಜಯ್ಯಾ, ಸುಮ್ಕೆ ಮಾತಾಡ್ತಾನೆ ಇದೀರಲಾ... ಬರೋ ಎತ್ತುಗಳ್ನ ನೋಡಕಿಲ್ವಾ?" ಹಿಂದಿನಿಂದ ಒಬ್ಬ ಹುಡುಗ ಕೀರಲು ಧ್ವನಿಯಲ್ಲಿ ಕೂಗಿ ಕೇಳಿದ. ಆತನಿಗೆ ಮುದುಕನ ಮಾತು ರುಚಿಸಲಿಲ್ಲ ಎಂಬುದಕ್ಕಿಂತ, ಮುದುಕನನ್ನು ಕೀಟಲೆ ಮಾಡುವ ತೀಟೆ.

"ಯಾವನ್ಲಾ ಅವ್ನು? ನನ್ನ ನ್ವಾಡಿ ಇಂಥಾ ಮಾತಾಡ್ದವ್ನು?" ಮುದುಕ ಹಿಂತಿರುಗಿ ನೋಡಿದ. ಮರುದನ್ ಮತ್ತು ಪಿಚ್ಚೆಯ ಏಕಾಗ್ರತೆಯೂ ಚದುರಿತು. ಹುಡುಗನ ಕಡೆ ನೋಡಿ ನಕ್ಕರು. ಮುದುಕನು ಜೋರು ಧ್ವನಿಯಲ್ಲೇ ಮಾತನಾಡಿದ. "ಏನ್ಲಾ! ಸಗ್ಣಿ ತುಳ್ಯಕ್ ದಿಗ್ಲು ಬೀಳೋ ಪುಕ್ಲಾ ನೀನು... ಜಲ್ಲಿಕಟ್ ನೋಡಕ್ ಬಂದ್ಬುಟ್ಯಾ? ಎತ್ತುಗಳ್ನ ನೋಡಕಿಲ್ವಾ ಅಂತ ನಂಗೇ ಯೋಳ್ತಿಯಾ? ಲೇಯ್... ಕಣ್ಣಿಗ್ ಬಟ್ಟೆ ಕಟ್ಕಂಡು, ಬರೀ ಗೆಜ್ಜೆ ಸದ್ದಲ್ ಯೋಳ್ತೀನಿ... ಯಾವ್ ಎತ್ತು ಓಯ್ತಾ ಅದೆ ಅಂತ... ಕುನ್ನೀನ್ ತಂದು! ಮಾತಾಡಕ್ ಬಂದ್ಬುಟ್ಟ ದೊಡ್ದಾಗಿ! ಹೋಗೋಲೇಯ್... ಮನೇಗೋಗಿ ನಿನ್ನವ್ವನ್ ಸೆರಗೊಳಿಕ್ ತೂರ್ಕ... ಓಡು!"

ಜೋರು ನಗು. ಹುಡುಗ ಅವಮಾನ ತಾಳಲಾಗದೆ "ಹೋಗಜ್ಜಯ್ಯೋ" ಎಂದು ಕೋಲುಮುಖ ಮಾಡಿಕೊಂಡು ಹಿಂದೆ ಹೊರಟು ಬಿಟ್ಟ. ನಂತರ ಐದಾರು ಎತ್ತುಗಳು ನಡೆದು ಹೋದವು, ಮೂಡಣ ಯುವಕರ ಕಣ್ಣುಗಳು ಅವುಗಳನ್ನೂ ಲೆಕ್ಕ ಹಾಕಿದವು. ಅವು ಸಮೀಪಿಸುತ್ತಿದ್ದ ಹಾಗೆ ಮುದುಕ ಎತ್ತಿನ ಜಾತಕವನ್ನೇ ಅವರಿಬ್ಬರ ಮುಂದೆ ಬಿಚ್ಚಿಡುತ್ತಿದ್ದ. ಎಲ್ಲವೂ ಅನುಭವದ ಮಾತುಗಳು. ಅವರಿಬ್ಬರೂ ಶ್ರದ್ಧೆಯಿಂದ ಆತನ ಮಾತನ್ನು ಕೇಳಿಸಿಕೊಂಡು ಆಗಾಗ್ಗೆ ಕುತೂಹಲದಿಂದ ಪ್ರಶ್ನೆಗಳನ್ನೂ ಕೇಳುತ್ತಿದ್ದರು.

"ಎತ್ತುಗಳ್ನ ಏಟೊತ್ ನೋಡುದ್ರೂವೇ ಸಾಲಕಿಲ್ಲ ಅಲ್ವಾ ಅಳ್ಯಾ? ಬಿರ್ ಬಿರ್ನೇ ಹೊಂಟೋದ್ವು..." ಮರುದನ್ ಮೆಲುಧ್ವನಿಯಲ್ಲೇ ಪಿಚ್ಚೆಯ ಬಳಿ ಹೇಳಿದ. ಪಿಚ್ಚೆ ಮುದುಕನನ್ನು ನೋಡಿ ಮುಗುಳ್ನಕ್ಕ. ಮುದುಕನ ಕಿವಿಗೆ ಆ ಮಾತು ಬೀಳದೇ ಇರಲಿಲ್ಲ. "ಏನ್ ತಮ್ಮೋವ್, ಭಾರೀ ಆತುರದಲ್ಲಿರಂಗ್ ಐತೆ?" ಥಟ್ಟನೇ ಕೇಳಿದ. "ಯಾಕೆ, ಅದ್ರು ಮ್ಯಾಕೆ ಬೀಳೋ ಯೋಚ್ನೆ ಏನಾನ ಮಡಿಕ್ಕಂಡಿದ್ಯಾ?"

"ಅವ್ನ ಮಾತ್ನ ನೀವ್ ಹಂಗ್ ಅರ್ಥ ಮಾಡ್ಕೊಂಡ್ಬುಟ್ರಾ ಅಜ್ಜಯ್ಯಾ?" ಎಂದು ಪಿಚ್ಚೆ ಶಾಂತವಾಗಿಯೇ ಮುದುಕನನ್ನು ಕೇಳಿದ.

"ಹಂಗಲ್ಲಾ, ಆಸಕ್ತಿ ತೋರ್ಸೋರ್ದ್ರಿಂದಾ ಅಂದಾಜ್

ಮಾಡ್ಕಂಡೆ" ಎಂದ ಮುದುಕ. "ಇಲ್ದೇ ಇದ್ರೆ ವಾಡಿ ಮುಂದೆ ನಿಂತ್ಕಂಡು ದನದ ಬಗ್ಗೆ ಮಾತಾಡೋವ್ನು, ಏನ್ ಯಾಪಾರ ಮಾಡಕ್ ಕ್ಯೋಳ್ತಾನ? ಇಸ್ಟೂ ಅರ್ಥ ಆಗಕಿಲ್ವಾ ನಂಗೆ..."

ಪಿಚ್ಚೆ ನಕ್ಕನು; ಮಾತನಾಡಲಿಲ್ಲ. "ಹಂಗೇನಿಲ್ಲ ಅಜ್ಜಯ್ಯಾ" ಮರುದನ್ ಉತ್ತರಿಸಿದ. "ಹೆಸ್ರುವಾಸಿ ಗೂಳಿ ಐತಲ್ಲ. ಅದ್ನ ಸುಮ್ಕೆ ಹಂಗೇ ಕಣ್ಣಾರೆ ನೋಡ್ಕಂಡ್ ಹೋಗುಮಾ ಅಂತ... ಅಸ್ಟೇ"

ಮುದುಕನಿಗೆ ಆ ಉತ್ತರ ಸಮಾಧಾನ ತರಲಿಲ್ಲವಾದರೂ, ಒಪ್ಪಿಕೊಂಡವನ ಹಾಗೆ ತಲೆಯಾಡಿಸಿ "ಆ! ಈಗ್ ಅರ್ಥ ಆಯ್ತೈತೆ ಕಣ್ರಯ್ಯಾ. ಅದು ನಿಮ್ ಕಡೆಗಿನ್ ಗೂಳಿ ಅಲ್ವಾ? ಅದ್ಕೇ ಈ ಅಕ್ರೆ? ಅದ್ನ ಯೋಳು ಮತ್ತೆ. ಎಲ್ಡ್ ವರ್ಸಾ ಆಯ್ತಾ ಬಂತು ಆ ಕರಿಪಿಶಾಚಿ ಜಮೀನ್ದಾರ್ ಕೈಗ್ ಬಂದು. ಎಲ್ಡ್ ಜಲ್ಲಿಕಟ್ಟಾಗೂ ಅಪ್ಪಂಗ್ ಹುಟ್ದೋನ್ ವಬ್ಬ ಮುಂದೆ ಬರ್ನಿಲ್ಲ, ಅದ್ನ ಪಳಗ್ಸೋಕೆ. ಅದ್ರು ಮ್ಯಾಕೆ ಬೆರಳ್ ತಾಕುಸ್ದೋನು ಇಡೀ ಸುತ್ತ ಮುತ್ತ ಊರ್ನಾಗೇ ವಬ್ನೂ ಇಲ್ಲ ಅಂತೀನಿ. ಯಪ್ಪಾ! ಎಂಥಾ ಗೂಳಿ ಕಣ್ರಯ್ಯಾ ಅದು..." ಮಾತಿನ ಕೊನೆಯಲ್ಲಿ ಪಟಾಕಿ ಸಿಡಿಸಿದಂತಹ ನಗು.

ಈ ನಡುವೆ ಎತ್ತುಗಳ ಬರುವಿಕೆ ಸ್ವಲ್ಪ ಸ್ಥಗಿತಗೊಂಡಿದ್ದರಿಂದ, ಬಿಡುವು ಸಿಕ್ಕ ಆ ಕೆಲವು ನಿಮಿಷಗಳಲ್ಲಿ ತಮ್ಮ ಸೀಮೆಯ ಗೂಳಿ ಈ ಊರಿನ ಜಲ್ಲಿಕಟ್ಟಿನಲ್ಲಿ ಹೆಸರು ಮಾಡಿದ ಇತಿಹಾಸವನ್ನು ತಿಳಿಯಲು ಅವರಿಬ್ಬರೂ ಅತಿಯಾದ ಆಸಕ್ತಿಯನ್ನು ತೋರಿದರು.

ಮುದುಕ ತಂಬಾಕು ಎಲೆಯ ಎಂಜಲನ್ನು, ಬೆರಳೆರಡರ ಮಧ್ಯೆದಿಂದ ತುಪುಕ್ ಎಂದು ಕಾಲುಗಳ ಬಳಿ ಉಗಿದು ಮುಂದುವರೆಸಿದ. "ಅದುನ್ನ ಕೊಟ್ಟಿಗೆಯಿಂದ ಕರ್ಕಂಡ್ ಬಂದು ತಿಟ್ಟಿವಾಸಲ್ ತಾವ ಮೂಗುದಾರ ಬಿಚ್ಚುವಾಗ್ಲೇ... ಈ ಮೀಸೆ ಹೊತ್ತ [illegible] ಕಣ್ರಯ್ಯಾ... [illegible] ಇಣುಕಲ್ವಾ, ಹಂಗೆ. ಇನ್ನೇನ್ ನೀವೂನು ನೋಡ್ತೀರಲ್ಲ ಅದಾಡೋ ಆಟನ! ನೋಡಿ... ನೋಡಿ... ಅದು ಮೂಸ್ನೋಡಿದ್ ಜಾಗ್ದಲ್ಲೂ ಕಾಲಿಡ್ಯೋಕ್ ಹೆದ್ರಿ ಸಾಯ್ತಾರೆ ದನ ಹಿಡ್ಯೋರು. ಭಾರೀ ಮೋಜೈತೆ ಈವತ್ತು, ನೋಡ್ತಾ ಇರು... ಹೌದು, ನಿಮ್ ಕಡೆ ಯಾವನಾದ್ರೂ ಅದ್ನ ಹಿಡ್ಯೋಕ್ ಪ್ರಯತ್ನ ಮಾಡಿದ್ನೋ?"

ಮರುದನ್ ತಾನೇ ಮುಂದಾಗಿ ಉತ್ತರಿಸಿದನು. "ಇಲ್ಲ ಅಜ್ಜಯ್ಯ... ಅಲ್ಲೂವೇ ಅದ್ನ ಹಿಡ್ಯೋಕೆ ಆಳೇ ಇಲ್ಲ. ರಾಜಾರೋಷವಾಗಿ ಅಲೆದಾಡ್ಕಂಡ್ ಇತ್ತು"

"ಹ್ಮೂಂ, ನಾನೂ ಕೇಳ್ಪಟ್ಟೇವ್ನಿ..."

"ಡುರ್ರೀ' ಅಂತ ಯಾರಾನ ಅದ್ರ ಮುಖದ್ ತಾವಾನೋ ಬಾಲುದ್ ತಾವಾನೋ ಕೂಗುದ್ರೆ ಮುಗೀತು ಕಥೆ. ಕೂಗ್ದೋನ್ ಚಟ್ಟ ಎತ್ಬೇಕಾದ್ದೇ ಅಜ್ಜಯ್ಯಾ... ಆವೊತ್ತು ವಾಡಿವಾಸಲ್ ತಾವ ಅದ್ನ ಬಿಚ್ಚೋ ಹೊತ್ಗೆ ಎಲ್ರೂ ಕೈ ನಡುಕ ಅಂತೀನಿ. ಇಂಥಾ ಗೂಳಿ ಇರ್ಬೇಕು ಹೆಸ್ರು ಮಾಡಕ್ಕೆ ಅಂತಾನೇ ಅಲ್ವಾ ಜಮೀನ್ದಾರು ನಮ್ಮೂರ್ ತೇವರ್ ಜನರಿಂದ ಖರೀದಿ ಮಾಡ್ಕಂಡ್ ಬಂದಿದ್ದು... ನಮ್ ತೇವರ್ ಜನಕ್ಕೂ ಸಾಕ್ ಸಾಕಾಗಿತ್ತು ಅಜ್ಜಯ್ಯಾ... ಹೆಸ್ರು ಮಾಡಿದ್ ಸಾಕು, ಒಸಿ ಕಾಸ್‌ನ ಕಣ್ಣಾರೆ ನೋಡುಮಾ ಅಂತ ಮಾರ್ಬುಟ್ರು... ಎಲ್ಡ್ ದೊಡ್ ನೋಟು!"

"ಪರ್ವಾಗಿಲ್ವೇ ಎಲ್ಲಾ ವಿವರಾನೂ ತಿಳ್ಕಂಡಿದ್ಯಾ..." ಇನ್ನಷ್ಟು ಲವಲವಿಕೆಯಿಂದ ಮುದುಕ ಮಾತನಾಡಲು ಶುರು ಮಾಡಿದ. "ನಾನೂ ಕೂಡ ಒಂದ್ ಕಿತಾ ನಿಮ್ ಉಸಿಲನೂರು ಜಲ್ಲಿಕಟ್ಗೆ ಬಂದೀವ್ನಿ. ಗವರ್ನರು ಬತ್ತಾವ್ರೆ ಅಂತ ಏರ್ಪಾಡ್ ಮಾಡಿದ್ರಲ್ಲ, ಆವಾಗ. ಏನಯ್ಯಾ ಪಿಚ್ಚಿ ಎಲ್ಲೋ ನ್ವಾಡ್ಕಂಡ್ ನಿಂತಿದ್ಯಲ್ಲ. ನಾನ್ ಹೇಳ್ತಿರೋದ್ ನಿಂಗೇನಪ್ಪಾ..." ಬೇರೆಲ್ಲೋ ನೋಡುತ್ತಾ ನಿಂತಿದ್ದ ಪಿಚ್ಚಿಯ ಗಮನವನ್ನು ಎಳೆದನು.

"ಕೇಳಿಸ್ಕತೀವ್ನಿ ಅಜ್ಜಯ್ಯಾ, ನೀವ್ ಹೇಳಿ..." ಪಿಚ್ಚಿ ತುಸುವೇ ಮುದುಕನ ಕಡೆ ತಿರುಗಿ ಹೇಳಿದನು. ಮರುದನ್ ಮತ್ತು ಮುದುಕನ ಮಾತುಕತೆಯ ಮಧ್ಯೆ ತಾನು ಅಡ್ಡಿಯಾಗದೆ, ಕೇವಲ ಕೇಳಿಸಿಕೊಳ್ಳುತ್ತಾ ಇರಲು ಪಿಚ್ಚಿ ಬಯಸಿದ ಹಾಗೆ ಕಂಡಿತು. ಆಗುಹೋಗುಗಳನ್ನು ಗಮನಿಸುತ್ತಾ ನಿಂತಿದ್ದ ಪಿಚ್ಚಿಯನ್ನು ಮುದುಕನ ಧ್ವನಿ ಕೊಂಚ ಬಲವಂತವಾಗಿ ತನ್ನ ಕಡೆಗೆ ತಿರುಗಿಸಿಕೊಂಡಿತು.

"ಜಲ್ಲಿಕಟ್ಟಂದ್ರೆ... ಅದಪ್ಪಾ ಜಲ್ಲಿಕಟ್ಟು! ಒಂದ್ ದಿವ್ಸ ಸಾಕಾಗ್ದೇ ಮಾರ್ನೇ ದಿವ್ಸಾನೂ ಬುಟ್ರು. ಸುಮಾರ್ ಎಲ್ಡ್ ಸಾವ್ರ ದನಗಳು... ಅಬ್ಬಾಹ್!" ನಾಲ್ಕೈದು ವರ್ಷಗಳ ಹಿಂದಿನ ಘಟನೆಗಳನ್ನು ನೆನಪಿಸಿಕೊಂಡು ಪೋಣಿಸಿ ಹೇಳಲು ಮುದುಕ

ಪ್ರಯತ್ನ ಪಟ್ಟನು. "ಹಾ, ಗೆಪ್ತಿಗ್ ಬಂತು. ನಿಮ್ ಕಡೆ ಒಬ್ಬ ಇದ್ದ ಕಣ್ರಯ್ಯ. ಈ ಹೆಸ್ರುವಾಸಿ ಗೂಳಿನಾ ಹಿಡ್ಯೋಂತ ಗಟ್ಟಿಗ. ಅವ್ನ ಹೆಸ್ರು ಗಂಟಲ್ನಾಗೇ ಐತೆ... ಬಾಯಿಗ್ ಬತ್ತಿಲ್ಲ. ಛೇ... ಅವ್ನ ಹೆಸ್ರೇನು? ಸಿಲ್ಲಾರಿನಾ? ಅಲ್ಲ ಅಲ್ಲ... ಕರುವನಾ? ಒಸಿ ವಯ್ಸಾಗಿತ್ತು ಅವ್ನಿಗೆ... ಇರು ಇರು... ನ್ವಾಡಕ್ ಒಸಿ ಪಿಚ್ಚೆ ಹಂಗೇ ಕಾಣ್ಣೋನು... ಒಂದಾದ್ಮೇಲ್ ಒಂದ್ ಎತ್ತಿನ ಮ್ಯಾಕೆ ಎಗ್ರಿ ಬೀಳ್ತಾನೆ ಇದ್ದ ಕಣಪ್ಪಾ ಅವ್ನು... ಗವರ್ನರು ಕೈಯಾರೆ ಮೆಡಲ್ ತಕಂಡ. ಮನ್ನಾನ ಅವ್ನು... ಯಪ್ಪೋ... ಮೈ ಮ್ಯಾಕ್ ದೆವ್ವ ತೂರ್ಕಂಡಂಗ್ ಆಡ್ತಿದ್ದ. ಯಾವ್ ದನಾನೂ ಬುಡ್ತಿರ್ನಿಲ್ಲ... ಗಂಡ್ಸಂದ್ರೆ ಹಂಗಿರ್ಬೇಕು... ಅವ್ನ ಹೆಸ್ರು... ಹೆಸ್ರು..."

ಶೂನ್ಯ ನೋಟ ಬೀರುತ್ತಾ ಎಲ್ಲೋ ನೋಡುತ್ತಾ ನಿಂತಿದ್ದ ಪಿಚ್ಚೆ. ಮರುದನ್ ಮಾತ್ರ ಮುದುಕನ ಮುಖವನ್ನು ಕಣ್ರೆಪ್ಪೆ ಮಿಟುಕದೆ ನೋಡುತ್ತಿದ್ದನು. "ಕೇಳಿಸ್ಕಂಡ್ಯಾ ಪಿಚ್ಚೆ, ದೊಡ್ಡೋರು ಎಲ್ಲಾನೂ ಗೆಪ್ತಿ ಮಡಿಕ್ಕಂಡ್ ಹೇಳ್ತಿರೋದ್ನ?" ಎಂದನು.

"ಅಯ್ಯೋ, ಗೆಪ್ತಿ ಮನೆ ಹಾಳಾಯ್ತು, ಹೋಗು! ಅವ್ನ ಹೆಸ್ರು ಬಾಯಿಗ್ ಬತ್ತಿಲ್ವಲ್ಲಯ್ಯಾ"

"ಅಂಬುಲಿ ಬಗ್ಗೆ ಮಾತಾಡ್ತಿದೀರಾ ಅಜ್ಜಯ್ಯಾ?"

"ಅರೇ... ಅವ್ನೇ... ಅವ್ನೇಯಾ... ಅಂಬುಲಿ. ಸರ್ಯಾಗೇ ಯೋಳ್ದೇ ಕಲಾ ತಮ್ಮ... ಅಂಬುಲಿ! ಅವ್ನೇ ಕಣಪ್ಪಾ. ಕಿರಾತಕ! ಆದ್ರೆ ಪಾಪ ಅವ್ನೂ ಸತ್ತೋದ್ನಂತಲ್ಲ ಛೇ... ಮೂರ್ನೇ ವರ್ಸದ್ ಜಲ್ಲೀಕಟ್ಟಲ್ಲಿ ಈ ಕಾರೀನಾ ಹಿಡ್ಯಕ್ಕೋಗಿ! ಜಮೀನ್ದಾರ್ ಕೈಗೆ ಗೂಳಿ ಬರಕ್ಕೂ ಮದ್ಲು, ಅವ್ನ ಪ್ರಾಣ ಬಲಿ ತಕಂಡ್ ಬಂದೈತೆ... ಅಂಬುಲಿ. ಅವ್ನನ್ನ ಮೆಚ್ಲೇಬೇಕು..." ನಿಟ್ಟುಸಿರು ಬಿಟ್ಟು ಒಂದೆರಡು ಕ್ಷಣ ಮುದುಕ ಮೌನವಾದನು. "ಕೊಂಬಿಂದ ತಿವುದ್ ಬುಡ್ತಂತಲ್ಲ. ಒಂದ್ ಆರು ತಿಂಗ್ಳು ಹಾಸ್ಗೇಲೇ ಇದ್ದ ಅಂತ ಆ ಊರಿಂದ ಹೆಣ್ ತಕಂಡೌರ್ ಹೋದ್ ವರ್ಸ ಇಲ್ಲಿಗ್ ಬಂದಾಗ ಯೋಳ್ತಿದ್ರು. ಈಗ್ಲೂವೇ ನಿಮ್ಮೂರ್ ಕಡೆ ಕಾರಿ ಮ್ಯಾಕೆ ಕೋಪ ಇರ್ಬೇಕಲ್ಲಾ ಎಲ್ರಿಗೂವೇ? ಏನ್ ಮಾಡುದು. ಅವ್ನಿಗೆ ಕೊನೆಯಾಯ್ತು ಆ ಚರಿತ್ರೆ... ಅದಾದ್ ಮ್ಯಾಕೆ ಅವ್ನಂಗ್ ಯಾರೂ ಇಲ್ಲ... ಹ್ಮ್ಮಂ!" ಆತನ ಇನ್ನೊಂದು ನಿಟ್ಟುಸಿರು, ಅಂಬುಲಿಗೆ ಮರ್ಯಾದೆ

ತೋರುವಂತಿತ್ತು. ದನ ಅಡಗಿಸುವವರಲ್ಲಿ ಆ ಕಾಲಘಟ್ಟದ ಶ್ರೇಷ್ಠನನ್ನು ಮುದುಕನ ಮನಸ್ಸು ನೆನೆಯುತ್ತಿತ್ತು.

ಮರುದನ್ ಪಿಚ್ಚೆಯ ಕಡೆ ತಿರುಗಿ ಅರ್ಥವುಳ್ಳ ನೋಟ ಬೀರಿದನು. ಆದರೆ ಪಿಚ್ಚೆ ಇನ್ನೂ ಬೇರೆಲ್ಲೋ ನೋಡುತ್ತಲೇ ನಿಂತಿದ್ದನು. "ಅಜ್ಜಯ್ಯಾ ಹೇಳೋದ್ನ ಕೇಳಿಸ್ಕಂಡ ಪಿಚ್ಚೆ? ಎಲ್ಲಾನೂ ಗೆಪ್ತಿ ಮಡಿಕ್ಕಂಡ್ ಸರ್ಯಾಗ್ ಹೇಳ್ತಾವ್ರೆ" ಎಂದು ಹೇಳಿ, ಮುದುಕನ ಕಡೆ ತಿರುಗಿ ಶ್ರಮ ವಹಿಸಿ ಶಾಂತಗೊಂಡವನ ಹಾಗೆ, ಮೆಲ್ಲಗೆ ನುಡಿದನು. "ಅಜ್ಜಯ್ಯಾ, ಅವ್ರ ಮಗಾನೇ ಇವ್ನ"

ಮುದುಕ ಕೆಲವು ಕ್ಷಣಗಳು ದಿಗ್ಭ್ರಮೆಗೆ ಒಳಗಾದನು. ಮಾತು ಬಾರದೇ ಪಿಚ್ಚೆಯ ಬೆನ್ನನ್ನೇ ನೋಡುತ್ತಾ ನಿಂತನು. ನಂತರ ಕಷ್ಟಪಟ್ಟು ಪದಗಳನ್ನು ಶೇಖರಿಸಿಕೊಂಡವನ ಹಾಗೆ ಗಂಟಲ ಎಂಜಲು ನುಂಗುತ್ತಾ, ತುಸು ಎಡವಿ ಪಿಚ್ಚೆಯ ಭುಜವನ್ನು ಹಿಡಿದು ತಿರುಗಿಸಿ "ದ್ಯಾವ್ರೇ! ಅಂಬುಲಿ ಮಗನೇನ್ಲಾ ನೀನು?" ಎಂದನು. ಅವನ ಅಕ್ಕಪಕ್ಕದಲ್ಲಿದ್ದ ಎಲ್ಲರೂ ರೋಮಾಂಚನಗೊಂಡು ಪಿಚ್ಚೆಯನ್ನು ನೋಡುತ್ತಲಿದ್ದರು.

ಪಿಚ್ಚೆಯ ಕಣ್ಣುಗಳಲ್ಲಿ ನೀರು ಜಿನುಗುವುದನ್ನು ಮುದುಕನು ಗಮನಿಸಿದನು. ದಿಢೀರೆಂದು ಅಕ್ಕರೆಯ ಅಲೆ ಅಪ್ಪಳಿಸಿದ ಹಾಗೆ ಪಿಚ್ಚೆಯ ಮೇಲೆ ಮುದುಕನಿಗೆ ವಾತ್ಸಲ್ಯ ಮೂಡಿತು. "ಅದ್ರುಸ್ಟವಂತ ಕಣಪ್ಪಾ ನೀನು... ಅಂಬುಲಿಗ್ ಹುಟ್ಟಕ್ಕೆ ಪುಣ್ಯ ಮಾಡಿದ್ದೆ" ಭಾವನೆಗಳಿಗೆ ತಡೆಗೋಡೆಯಿಲ್ಲದೆ ತೊದಲು ನಾಲಗೆಯಲ್ಲೇ ಹೊಗಳಿಕೆಯ ಮಾತು ನುಡಿದ. "ಪಿಚ್ಚೇ!" ಎಂದು ತೋಳನ್ನು ಬಿಗಿಯಾಗಿ ಹಿಡಿದು ಆತನನ್ನು ಅಪ್ಪಿಕೊಂಡನು. "ಮನ್ಸಾ ಆಗ್ಲಿ ದನ ಆಗ್ಲಿ... ವಾಡಿವಾಸಲ್ ಮುಂದೆ ನಿಂತ್ಕಂಡ್ ಕಣ್ಣೀರ್ ಹಾಕ್ಬಾರ್ದು ಕಲಾ... ಅದು ವಳ್ಳೇದಲ್ಲ. ಅದ್ರಾಗೂ ಅಂಬುಲಿನಾ ಅಪ್ಪನಾಗ್ ಪಡ್ದೋನು ನೀನು!"

"ಅಳ್ಯಾ, ಅಜ್ಜಯ್ಯನ್ ಮಾತು ಕೇಳಿಸ್ಕ... ಸರ್ಯಾಗ್ ಹೇಳವ್ರೇ" ಎಂದು ಮರುದನ್ ಧ್ವನಿಯೇರಿಸಿ, ಪಿಚ್ಚೆಯನ್ನು ವಾಸ್ತವಕ್ಕೆ ಇಳಿಸುವ ಹಾಗೆ ಮಾತನಾಡಿದನು.

ತಂದೆಯ ನೆನಪು ಮತ್ತು ಹೆಮ್ಮೆಯ ಮಾತುಗಳಿಂದ ಪಿಚ್ಚೆಯು ಭಾವೋದ್ರೇಕಗೊಂಡನು. ಒಂದೇ ಸಮನೆ ಕಹಿ ಘಟನೆಗಳನ್ನು

ನಿಲ್ಲಿಸಲಾಗದೆ, ತನ್ನದೇ ಸಮಯ ತೆಗೆದುಕೊಂಡು ಕಣ್ಣೀರನ್ನು ಬೆರಳುಗಳಿಂದ ಒರೆಸಿ, ಸುಧಾರಿಸಿಕೊಂಡು, ಅಭಿಮಾನದಿಂದ ಮುದುಕನ ಕಡೆ ನೋಡಿದನು. ತನ್ನ ತಂದೆಯ ಹೆಗ್ಗಳಿಕೆ ಇಷ್ಟು ದೂರದ ಊರಿನವರೆಗೂ ತಲುಪಿರುವುದನ್ನು ಕಂಡು ಆತನಿಗೆ ತೃಪ್ತಿ; ಮನಸು ತುಂಬಿ ಬಂತು.

"ಲೇ ಪಿಚ್ಚಿ ಹೈದಾ, ಎಲ್ಲೆಲ್ಲೋ ಸುತ್ತಿ ಕಡೇಗ್ ಇಲ್ಲೇ ಬಂದ್ಬುಟ್ಟಲ್ಲೋ" ಎಂದು ಮುದುಕನು ಅವನ ಮುಖವನ್ನು ಅಚ್ಚೊತ್ತಿಕೊಳ್ಳುವವನ ಹಾಗೆ ಸೂಕ್ಷ್ಮವಾಗಿ ನೋಡುತ್ತಾ ಹೇಳಿದನು. "ಹೌದಯ್ಯಾ, ನಿಮ್ಮಪ್ಪನ್ ಮುಖ ಹೋಲ್ಕೆ ಹಂಗೇ ಐತೆ ನಿಂಗೆ. ತಂದೇಗ್ ತಕ್ಕ ಮಗಾನೇನಯ್ಯಾ ನೀನು?" ಸಂತಸದ ನಗೆ ನಕ್ಕು, "ಬಾರಯ್ಯಾ, ಕುಂತ್ಕ... ಮರುದನ್ ನೀನೂ ಬಾರಯ್ಯ... ಎಲೆ ಅಡಿಕೆ ಹಾಕ್ಕಳಿ. ಆವತ್ತು ಅಪ್ಪನ್ ಜತೆ ಎಲೆ ಅಗ್ದೆ... ಈವತ್ತು ಮಗನ್ ಜತೆ"

"ಅಂದ್ರೆ, ಅಪ್ಪೌರ್ ತಾವ ಮಾತಾಡಿದೀರಾ ಅಜ್ಜಯ್ಯಾ ನೀವು?" ಪಿಚ್ಚಿ ಅಚ್ಚರಿ ಮತ್ತು ಕುತೂಹಲದಿಂದ ಕೇಳಿದ.

"ಆ ಕಥೆಯೆಲ್ಲಾ ಯೋಳ್ತೀನ್ ಬಾರಯ್ಯಾ. ಮದ್ಲು ಕುಂತ್ಕ, ಎಲೆ ಹಾಕು. ಇನ್ನೂ ವಾಡಿವಾಸ್ಲು ತೆಗ್ಯಕ್ಕೆ ಸ್ಯಾನೆ ಸಮಯ ಐತೆ" ಎಂದು ಕೆಳಗೆ ಕೂರುತ್ತಾ ಸೊಂಟದ ಚೀಲದಿಂದ ಎಲೆ-ಅಡಿಕೆ ಖಜಾನೆಯನ್ನು ತೆರೆದನು. ಅವರನ್ನು ಆಕರ್ಷಿಸುವಂತಹ ಅಥವಾ ಗಮನ ಸೆಳೆಯುವಂತಹ ಯಾವುದೇ ದನಗಳು ಸದ್ಯಕ್ಕೆ ಬರಲಿಲ್ಲವಾದ್ದರಿಂದ ಯುವಕರಿಬ್ಬರೂ ಮುದುಕನ ಮಾತನ್ನು ಕೇಳುವುದರಲ್ಲಿ ಸಂಪೂರ್ಣ ಶ್ರದ್ಧೆ ತೋರಿಸಿದರು.

ಮೂಡಣ ಸೀಮೆಯಲ್ಲಿ ಹೆಸರುವಾಸಿಯಾದ ದನ ಅಡಗಿಸುವವನ ಮಗನೇ ಈ ಹುಡುಗ- ಮಾತಿಗೆ [illegible] ಸುದ್ದಿ ಮಿಂಚಿನ ಹಾಗೆ ಅಲ್ಲಿದ್ದವರ ಬಾಯಿಂದ ಬಾಯಿಗೆ ಹರಡಿ ನೂರಾರು ಜನರನ್ನು ಸೇರಿತು. ಕಸುಬುದಾರರೆಲ್ಲರೂ, ಅಂದರೆ ದನ ಅಡಗಿಸಲು ಬಂದವರು, ಅವನನ್ನು ಅವಲೋಕಿಸಿ, ಸೂಕ್ಷ್ಮವಾಗಿ ಗಮನಿಸಿ, ಅವರವರ ಊಹೆಯ ಮಿತಿಗೆ ಎಟುಕಿದ ಹಾಗೆ ಅವನ ಬಗ್ಗೆ ಮಾತನಾಡಲು ಶುರು ಮಾಡಿದರು.

"ಎತ್ತು ಅಡಗಿಸೋಕೆ ಬಂದೋವ್ನೆ ಕಲಾ... ಅದ್ರಾಗೆ ಸಂಸ್ಯಾನೇ ಬ್ಯಾಡ"

"ಅಪ್ಪನ್ ಹಂಗೆ ಇವ್ರೂ ಮ್ಯಾಕ್ ಓಯ್ತಾನೆ ಅಸ್ಟೇ"

"ಹಂಗಂದ್ರೆ ಈವತ್ತಿನ್ ಜಲ್ಲಿಕಟ್ಟು ಭಾರೀ ಮಜವಾಗಿರ್ತದೆ ಕಣಣ್ಣೋ"

"ರುವಸಾಲುಗಳ್ನೆಲ್ಲಾ ಅವ್ನೊಬ್ಬನೇ ಹೊಡ್ಕಂಡ್ ಹೊಂಟೋಯ್ತಾನೆ. ಮೂಡಣದವ್ಕ್ನ ಬ್ಯಾರೆ!"

"ನಮ್ ಕಡೇವ್ರ್ ಏನ್ ಸುಮ್ಕೇನಾ?"

"ಹ್ಮೂಂ! ಜಮೀನ್ದಾರ್ ಗೂಳಿ ಅಡಗ್ಸೋ ಗಂಡ್ಸು ಇವ್ನೇನಾ? ಚಿಲ್ರೆ ಹೈದ ಇದ್ದಂಗ್ ಅವ್ನೇ!"

"ಮೂಡಣದವ್ರಂದ್ರೆ ಕೊಂಬಿಂದ ಹುಟ್ಡೋರೇನ್ಲಾ? ತಿವುದ್ರೆ ಅವ್ರುಗೂ ಬರೋದ್ ರಕ್ತಾನೇ! ಬರೀ ಬಾಯ್ ಮಾತಲ್ ವೀರರು!"

ಮುದುಕ ತನ್ನ ಎಲೆ–ಅಡಿಕೆ ಚೀಲವನ್ನು ಕೆದಕಿ, ಅರೆ–ಒಣಗಿದ ಎಲೆಗಳನ್ನು ಆರಿಸಿ, ತೊಡೆಯ ಮೇಲೆ ಇರಿಸಿಕೊಂಡು, ಕಡುಗೆಂಪು ಅಡಿಕೆಗಳನ್ನು ಹೆಕ್ಕಿ ತೆಗೆದು ಪಿಚ್ಚೆ ಮತ್ತು ಮರುದನಿಗೆ ನೀಡಿದನು. ಹಳೇಕಾಲದ ಚಿಕ್ಕದೊಂದು ಕಬ್ಬಿಣದ ಪೆಟ್ಟಿಗೆಯಿಂದ ಸುಣ್ಣದ ಉಂಡೆಯನ್ನು ತೆಗೆದು, ಮುರಿದು, ಇಬ್ಬರಿಗೂ ಸಮನಾಗಿ ಹಂಚಿದನು. ಅಡಿಕೆಯನ್ನು ಮಧ್ಯದಲ್ಲಿಟ್ಟು, ನಂತರ ಸುಣ್ಣವನ್ನೂ ಬೆರೆಸಿ, ಎಲೆಯನ್ನು ನಾಜೂಕಾಗಿ ಮಡಚಿ, ಬಾಯೊಳಗೆ ಬೀಡಾವನ್ನು ತಳ್ಳಿದರು. ಮುದುಕ ಕುಟ್ಟಣಿಕೆಯನ್ನು ಮುಂದಿಟ್ಟುಕೊಂಡು ಅಡಿಕೆಯನ್ನು ಗುದ್ದುತ್ತಲೇ ಮಾತು ಶುರುವಿಟ್ಟನು. ಪಿಚ್ಚೆ ಮರುದನ್ ಇಬ್ಬರೂ ಸಿಕ್ಕಮೇಲೆ ಮುದುಕನಿಗೆ ತನ್ನ ಊರಿನ ಜನರ ನೆನಪೇ ಮರೆತು ಹೋಯಿತು. ಸಾಮಾನ್ಯವಾಗಿ ಆತ ಮಾತನಾಡುತ್ತಿದ್ದ ಆಳುಗಳನ್ನು ಮರೆತು ಇವರ ಜೊತೆಯೇ ಹರಟೆಗಿಳಿದ.

"ಕತ್ಲೆ ಆಗಕ್ಕೂ ಮೊದ್ಲೇ ಇಷ್ಟೂ ದನಗಳ್ನ ಬಿಡಲೇಬೇಕು" ಎಂದನು ಮುದುಕ.

"ಮತ್ಯಾಕ್ ಅಜ್ಜಯ್ಯಾ, ಇನ್ನೂ ಸುರು ಮಾಡಿಲ್ಲ?" ಮರುದನ್ ಕೇಳಿದ. "ಈಗಾಗ್ಲೇ ಸೂರ್ಯ ಪಡುವಣಕ್ ಜಾರವ್ನಲ್ಲ, ನೋಡಿ!"

ಈ ಹಿಂದೆ ಅವರ ಜೊತೆ ಮಾತನಾಡಿದ್ದ ಚಿಕ್ಕ ಹುಡುಗ, “ಈ ನನ್ಮಕ್ಕೆಲ್ಲಾ ಜಲ್ಲಿಕಟ್ ನಡ್ಸೋಕ್ ಬಂದ್ಬುಟ್ರು ದೊಡ್ಡಾಗಿ” ಎಂದು ದೊಡ್ಡ ಮನುಷ್ಯನ ಹಾಗೆ ಧಿಮಾಕು ನುಡಿದ.

“ಲೇ, ನೀನಿನ್ನೂ ಹೋಗಿಲ್ವೇನ್ಲಾ? ಕತ್ತೆ ಬಡ್ವಾ!” ಮುದುಕ ಗದರಿದನು. “ಇವ್ನ್ ಹೇಳಿದ್ ತಕ್ಸಣಾ ದನ ಬುಡ್ಬೇಕಂತೆ... ಇನ್ನ ಜಮೀನ್ದಾರ್ರು ಬರೋದ್ ಬ್ಯಾಡ್ವೇನ್ಲಾ?”

“ಅಜ್ಜಯ್ಯೋ, ಅವ್ರ್ ಆಗ಼್್ಲೇ ಬಂದು ಬಂಗ್ಲೇಲ್ ಉಳ್ಕಂಡೋರೆ” ಎಂದು ಪಕ್ಕದಲ್ಲಿದ್ದ ಇನ್ನೊಬ್ಬ ಹೇಳಿದ.

“ಹಂಗಾರೆ, ಡೋಲು–ಮೇಳ–ತಾಳದ್ ಸದ್ದಿನ್ ಜತೆ ಅವ್ರನ್ನ ಕರ್ಕಂಡ್ ಬರಕ್ ಹೋಗಿರ್ತಾರೆ, ಪೂಜೆ ಗೀಜೆ ಮಾಡುದ್ ಮ್ಯಾಕೆ, ಸುರು ಆಯ್ತದೆ. ಜಮೀನ್ದಾರ್ರ್ ಅದ್ರುಸ್ಟಾನೇ ಅದ್ರುಸ್ಟ... ಯಾವ್ದೇ ಎತ್ತು ತಕಂಡ್ರೂವೇ, ಅದ್ನ ಮುಟ್ಟಕ್ ಆಳಿಲ್ಲ ಇಲ್ಲಿ. ಹತ್ರ ಹೋಗಕ್ಕೆ ನಡುಗಿ ಸಾಯ್ತಾರೆ ನನ್ಮಕ್ಳು”

ಎಲೆ ಸವಿಯುತ್ತಲೇ ಪಿಚ್ಚಿ ಅಚ್ಚರಿಯಿಂದ ಮುದುಕನನ್ನು ನೋಡಿದ. ಮುದುಕ ತಂಬಾಕು ಕಟ್ಟನ್ನು ತೆಗೆದು, ಗಿಲ್ಲಿ, ಇಬ್ಬರಿಗೂ ಕೊಂಚ ಕೊಟ್ಟು, ಕುಟ್ಟಣಿಕೆಯಲ್ಲಿ ವೀಳ್ಯದೆಲೆಯನ್ನು ಹಾಕಿ ಕುಟ್ಟುತ್ತಾ “ಏನ್ ನೋಡ್ತಿದ್ಯಾ ಪಿಚ್ಚಿಯಪ್ಪಾ? ನಮ್ ಜಮೀನ್ದಾರ್ರು ಸುಮ್ಕೆ ಅಲ್ಲ. ದನದ್ ಗುಣಾನ ನೋಡಿದ್ ಕೂಡ್ಲೇ ಯೋಳ್ಬುಡ್ತಾರೆ. ಎತ್ತು ಏನಾನ ಒಂತೆರಾ ಇತ್ತಂದ್ರೆ ನಿಮ್ಸದಲ್ ವಪ್ಕಂಡ್ಬುಡ್ತಾರೆ. ಬ್ಯಾರೆ ಯಾವನ್ಗೂ ಆ ವಿದ್ಯೆ ದಕ್ಕಕಿಲ್ಲ. ಎತ್ತಿನ ರೋಸ, ಗುಣ, ನಡ್ತೆ ಎಲ್ಲಾನೂ ಅಚ್ಚುಕಟ್ಟಾಗ್ ಅಳ್ದು ತೂಗಿ ಖರೀದಿ ಮಾಡೋದ್ರಾಗೆ ಮಾರಾಜ ನಮ್ ಜಮೀನ್ದಾರ್ರು”

“ಅದೆಲ್ಲಾ ಏನಿಲ್ಲ ಮಾವಯ್ಯೋ” ಮುದುಕನ ಮಾತಿಗೆ ಅಡ್ಡಗೋಲು ಹಾಕಿದಂತೆ ಊರಿನವನೊಬ್ಬ ನುಡಿದ. “ಜಮೀನ್ದಾರ್ [illegible] ಸುಮ್ಕೆ ಹೊಂಟೋಯ್ತಾರೆ ಅಸ್ಟೇ... ತಾಕತ್ತಿಲ್ದೇ ಅಲ್ಲ. ಅದು ಇಸ್ಯ”

“ಹೌದಪ್ಪಾ ಹೌದು... ಇಸ್ಯ ಗೊತ್ತಿರೋನ್ ಮಾತಾಡಕ್ ಬಂದ್ಬುಟ್ಟ ಕ್ಯೋಳುಸ್ಕಳ್ರಪ್ಪಾ” ಮುದುಕ ವ್ಯಂಗ್ಯದ ನಗೆ ಬೀರಿ “ಲೇ, ನಿಮ್ ಶೌರಿ ಎಗ್ರಿ ಎಗ್ರಿ ಬಿದ್ನಲ್ಲ ಹತ್ ವರ್ಸುದಿಂದ...

ಆಯ್ತು ಅವ್ನಿಂದ ಗೆಲ್ಲಕ್ಕೆ? ಜಮೀನ್ದಾರ್ ಗೂಳೀಗಿನ್ನೂ ಗಂಡ್ಸು ಹುಟ್ಟಿಲ್ಲ ಕಣ್ಲಾ..."

ಇಷ್ಟು ಹೊತ್ತು ಮೌನವಾಗಿದ್ದ ಪಿಚ್ಚಿ ಮಾತನಾಡಿದ. "ಅಜ್ಜಯ್ಯಾ, ನೀವ್ ಯೋಳೋದು ಮಾತಿಗೇನೂ ಸರಿ. ಆದ್ರೆ ಗಂಡ್ಸೇ ಹುಟ್ನಿಲ್ಲ ಅನ್ನೋದ್ ಹೆಂಗ್ ಸರಿಯಾಯ್ತದೆ? ಇಲ್ಲೀಗಂಟ ಸರ್ಯಾದವ್ನ್ ಅದ್ರು ಮ್ಯಾಕ್ ಬಿದ್ದಿಲ್ಲ ಅನುಸ್ತೈತೆ ಅಷ್ಟೇ"

ಸವಾಲಿನ ನೋಟ ಬೀರಿದ ಮುದುಕನು, ಪಿಚ್ಚಿಯನ್ನು ಗುರಾಯಿಸುತ್ತಾ, ಧ್ವನಿಯೇರಿಸಿ ಮಾತನಾಡಿದ. "ಲೇ ತಮ್ಮಾ, ನಂದು ಆವತ್ತು ಅದೇ ಮಾತು... ಈವೊತ್ತೂ ಅದೇ ಮಾತು... ಜಮೀನ್ದಾರ್ ಗೂಳೀನಾ ಅಡಗ್ಸೋಕ್ ಆಗಕಿಲ್ಲ. ಮೂಡಣದೋರ್ ಏಟೋ ಜನ ಕರುಳು ಕೈಯಾಗ್ ಹಿಡ್ಕಂಡ್ ಓಡೋಗವ್ರೇ ಗ್ವತ್ತಾ? ಸಾಮಾನ್ಯವಾಗ್ ಲೆಕ್ಕ ಹಾಕ್ಬೇಡ ನೀನು"

ಮುದುಕನ ಗರ್ವದ ಅಮಲನ್ನು ಕೆಡಿಸಲು ಬಯಸದ ಪಿಚ್ಚಿ, ಸವಾಲನ್ನು ವಿನಯವಾಗಿ ನಿರಾಕರಿಸಿದ ಹಾಗೆ, "ಅಜ್ಜಯ್ಯಾ ಯೋಳಿದ್ ಮ್ಯಾಕೆ ಸರ್ಯಾಗೇ ಇರ್ತೈತೆ. ಅಗೋ ಅಲ್ನೋಡಿ... ಮೇಳ–ತಾಳ ಸದ್ದು! ಬತ್ತಾವ್ರ?" ಎಂದು ಮಾತಿನ ದಿಕ್ಕು ಬದಲಾಯಿಸಿದನು. ಹತ್ತಿರವಿದ್ದವರೆಲ್ಲಾ ದಾರಿಯ ಕಡೆಗೆ ನೋಟವನ್ನು ತಿರುಗಿಸಿದರು.

ಕ್ಷಣಕ್ಷಣಕ್ಕೂ ತಮಟೆ–ಡೋಲಿನ ಸದ್ದು ಹೆಚ್ಚಾಯಿತು. ಎಲ್ಲೆಡೆಯೂ "ಹೋಯ್... ಹೋಯ್" ಸಂಭ್ರಮ. ನೆರೆದಿದ್ದ ಜನರನ್ನು ತಳ್ಳುತ್ತಾ ದಾರಿಯನ್ನು ಅಗಲ ಪಡಿಸಲು ಜಮೀನ್ದಾರರ ಆಳುಗಳು ಮಾಡುತ್ತಿದ್ದ ಆರ್ಭಟ ಡೋಲಿನ ಸದ್ದಿನಂಯೇ ಹೆಚ್ಚಾಗುತ್ತಲಿತ್ತು. ಜಮೀನ್ದಾರ್ರು ಬಂದ ನಂತರ, ಯಾವ ಕ್ಷಣವೂ ದನಗಳನ್ನು ಬಿಡಲು ಶುರು ಮಾಡಬಹುದೆಂಬುದು ಜನರಿಗೆ ತಿಳಿದಿತ್ತು. ಆ ಕಾರಣದಿಂದಾಗಿ ಇನ್ನಷ್ಟು ಕೋಲಾಹಲ ಗಗನವೇರಿತು. ಈ ಮಧ್ಯೆ ಅವರವರ ಜಾಗಗಳನ್ನು ಭದ್ರಪಡಿಸಿಕೊಳ್ಳಲು ಜನರು ನಿರತರಾಗಿದ್ದರು. ಜಮೀನ್ದಾರು, ಸಬ್ ಕಲೆಕ್ಟರು ಮುಂದಾಳುಗಳಾಗಿ ಬರುತ್ತಿರಲು, ಹಿಂದೆ ಗುಂಪು ಗುಂಪಾಗಿ ಜನ ಬರುತ್ತಿದ್ದರು.

"ಇನ್ನ ಕಾಯ್ಸಕಿಲ್ಲ ಕಣ್ರಯ್ಯಾ... ಬಂದಾಯ್ತಲ್ಲ. ಎತ್ತುಗಳ್ನ ಬುಡಕ್ ಸುರು ಮಾಡ್ತಾರೆ" ಉಳಿದ ವೀಳ್ಯೆಯನ್ನು ಚೀಲದೊಳಗೆ

ತುರುಕಿ, ಅದರ ಕುತ್ತಿಗೆಯನ್ನು ದಾರದಲ್ಲಿ ಬಿಗಿ ಮಾಡಿ ಮುಚ್ಚುತ್ತಾ ಹೇಳಿದನು ಮುದುಕ.

"ವಾಡಿಪುರಂ ಗೂಳಿ..." ಎಂದು ಮರುದನ್ ಕುತೂಹಲದಿಂದ ರಾಗ ಎಳೆದನು.

"ಗುಂಪಲ್ಲಿ ಸರ್ಯಾಗ್ ನೋಡ್ಲಾ ತಮ್ಮಾ. ಜಮೀನ್ದಾರ್ ಹಿಂದುಗಡೆ ಬರ್ತ್ತೈತಲ್ಲ" ಮುದುಕ ಒತ್ತಿ ಹೇಳಿದನು. "ದಡಿಯ ಒಬ್ಬ ಹಿಡ್ಕಂಡ್ ಬತ್ತಾವ್ನೆ ನೋಡು, ಅದೇಯ. ಅವ್ರ್ ತಾವ ಇರೋ ಜಬರ್ದಸ್ತ್ ಗೂಳೀನ ಮಾತ್ರ, ಅವ್ರ್ ಜತೆಗೇನೆ ಕರ್ಕಂಡ್ ಬತ್ತಾರೆ"

ಶಾಂತವಾಗಿದ್ದ ಪಿಚ್ಚಿ, ದಿಢೀರನೆ ಆವೇಶದಲ್ಲಿ ಎದ್ದನು. ಕಣ್ಣುಗುಡ್ಡೆಗಳು ಜಾರಿ ಬೀಳುವುದೇನೋ ಎಂಬಂತೆ, ಗೂಳಿಯ ದೆಸೆಯನ್ನು ದುರುಗುಟ್ಟಿ ನೋಡಿದನು. ಮುಂದೆ ಬರುತ್ತಿದ್ದ ಜಮೀನ್ದಾರನ ಮುಖ ಅವನ ಕಣ್ಣಿಗೆ ಬೀಳಲಿಲ್ಲ.

"ಚಡಪಡಿಸ್ಬ್ಯಾಡ ತಮ್ಮಯ್ಯಾ... ಕುಂತ್ಕ! ಇಲ್ಲೀಗಂಟ ಬಂದಿರೂ ಗೂಳಿ ಅಖಾಡಕ್ ಬರ್ದೇ ಓಯ್ತದ? ಬತ್ತದೆ" ಎಂದು ಮುದುಕ ಪಿಚ್ಚಿಯ ಆವೇಶಕ್ಕೆ ಇನ್ನಷ್ಟು ಕಿಚ್ಚು ಹತ್ತಿಸಿದನು. "ಸೆಂದಾಕ್ ನೋಡ್ಕ. ನಿಮ್ಮಪ್ಪ ಕೈ ಹಾಕಿದ್ ಗೂಳಿ ಇದೇಯ. ಏನೇ ಅಂದ್ರೂವೆ, ಆಯಾ ಕೆಲ್ಸಗಳ್ನ ಆಯಾ ವಯ್ಸಾಗೆ ಮಾಡ್ಬೇಕು. ಆದ್ರೆ ನಿಮ್ಮಪ್ಪ ಅವ್ನ್ ಹಿರಿ ವಯ್ಸಾಗೂ ಅದ್ರು ಮ್ಯಾಕ್ ಬಿದ್ದ ನೋಡಯ್ಯ. ಅದೇನ್ ಅಂಥಾ ರೋಸಾನೋ ಏನೋ? ಹ್ಮ್!" ಮುದುಕು ನಿಟ್ಟುಸಿರು ಬಿಟ್ಟು ನಿಲ್ಲಿಸಿದ.

ಆ ಯುವಕರು ಅವನನ್ನು ಗಮನಿಸದೆ ಇದ್ದರೂ, ಅದನ್ನು ಲೆಕ್ಕಿಸದೆ ಮುದುಕ ಮುಂದುವರೆಸಿದ. "ಈ ನನ್ ಮಕ್ಳು ಅವ್ರಲ್ಲ! ಒಂದತ್ ಜನ ಆ ಗೂಳಿನ ಯಡ್ಡಾದಿಡ್ಡಿ ಸುತ್ತುವರ್ದು, ಡುರ್ರೀ ಡುರ್ರೀ ಅಂತ ಕೂಗಾಡ್ತಾರೆ. ಕೆಲ್ವೊಂದ್ ಕಿತಾ ಅದ್ರು ಮಖದ್ [illegible] ಮೂಗಿಗ್ ಬಡ್ಯೋದೇನು... ಬಾಲಕ್ ಹೊಡ್ಯೋದೇನು... ಥೂ! ನಾಮರ್ದರು. ಆದ್ರೆ ನಿಮ್ಮಪ್ಪ ಸರಿ. ಏಟ್ ನಾಜೂಕಾಗ್ ಅದ್ರ ಮ್ಯಾಕೆ ಬಿದ್ನಂತಲ್ಲ. ನಾನ್ ನ್ವಾಡ್ದೇ ಇದ್ರೂವೇ ನೋಡ್ಕಂಡ್ ಬಂದೋರ್ ಯೋಳುದ್ರು ಕಣಪ್ಪಾ. ಇದು ರಾಕ್ಷಸನ್ ಜಾತಿ ಗೂಳಿ. ಏನೋ ಪಾಪ, ನಿಮ್ಮಪ್ಪನ್ ವಿಧಿ ಇದ್ರು ಮುಂದೆ ಕೊನೆ ಆಗ್ಬೇಕು ಅಂತ

ಬರ್ದಿತ್ತೋ ಏನೋ! ಮೃಗದ ಜತೆ ಆಟಕ್ಕಿಳಿಯೋದ್ರಿಂದ ಸಿಗೋ ಸಂಕ್ಟ ಇದು. ಯಾವತ್ತಿದ್ರೂವೇ ನಮ್ ಪ್ರಾಣ ನಮ್ ಸ್ವಂತ ಅಲ್ಲ ಅಂತ ಎತ್ ಮಡುಗ್ಬುಡ್ಬೇಕು ಅಸ್ಟೆ, ಏನಂತ್ಯಾ?"

ಪಿಚ್ಚಿ ನೋಡಲೇ ಇಲ್ಲ. ಮರುದನ್ ಮಾತ್ರ ಒಮ್ಮೆ ಮುದುಕನನ್ನು ನೋಡಿ "ಅವ್ರಪ್ಪೋರು ಸಾಯ್ವಾಗ ಹೇಳ್ಬುಟ್ಟೇ ಸತ್ರು ಅಜ್ಜಯ್ಯ: ವಯ್ಸಾದ್ ಕಾಲದಲ್ ಅಲ್ದೇ ಈ ಕಾರಿ ಏನಾನ ಮೊದ್ಲೇ ನನ್ ಕಣ್ಣಿಗ್ ಬಿದ್ದಿದ್ರೆ, ಅದ್ನ ಮಣ್ ಮುಕ್ಕುಸ್ತಿದ್ದೆ ಮಗಾ. ಆದ್ರೆ ಈಗ ಮೊಕ್ಕಯ್ ದೇವರ್ ಅವ್ರ ಕಾರಿ ತಾವ ಅಂಬುಲಿ ದೇವನ್ ಸೋತೋಗ್ಬುಟ್ಟ ಅನ್ನೋ ಮಾತು ಹಂಗೇ ಉಳ್ಕಂಬುಡ್ತದೆ ನೋಡ್ದಾ"

ಮುದುಕನು ಆ ಮಾತುಗಳನ್ನು ಮೆಲುಕು ಹಾಕುತ್ತಾ, ಕೆಲವು ಕ್ಷಣಗಳ ನಂತರ "ಅವ್ನು ಊಟಕ್ ಉಪ್ಪಾಕ್ಕಂಡ್ ತಿನ್ನೋವ್ನು, ರೋಷದ್ ಮನ್ಸ. ಈ ಕಳ್ ಮುಂಡೆ ಗಂಡ್ರಂಗ್ ಅಲ್ಲ. ಪಾಪ, ವಯಸ್ಸೇ ಅವ್ನಿಗ್ ಶತ್ರು ಆಗೋಯ್ತು" ಅಂಬುಲಿಗೆ ಸಾಕಷ್ಟು ಗೌರವ ನೀಡಿದ ತೃಪ್ತಿಯಲ್ಲಿ ಮುದುಕ ಪಿಚ್ಚಿಯನ್ನು ನೋಡಿದನು. ಅವನ ಕಣ್ಣಿನ ನೋಟವು, ಬರುತ್ತಿರುವ ಗೂಳಿಗಳಿಗೆ ಗೋಂದಿನಂತೆ ಅಂಟಿಕೊಂಡಿತ್ತು. ಅದೇ ಸಮಯ, ಜಮೀನ್ದಾರರ ಹಿಂದೆಯಿಂದ ಗೆಜ್ಜೆಹಾರದ ಘಳ್-ಘಳ್ ಸದ್ದು ವಾಡಿವಾಸಲ್‌ವರೆಗೂ ಕೇಳಿಸಿತು.

ಗೂಳಿಯ ಮುಖ ಕಂಡೊಡನೆ ಮುದುಕ ಅಚ್ಚರಿಯ ಮುಖಭಾವದೊಂದಿಗೆ ಪಿಚ್ಚಿಯನ್ನು ನೋಡಿದನು. ಪಿಚ್ಚಿಯು ಗೂಳಿಯನ್ನು ಕಣ್ಮಿಟುಕಿಸದೆ ನೋಡುತ್ತಿರುವುದನ್ನು ಕಂಡು, ಚುರುಕ್ಕೆಂದು ಒಂದೆರಡು ಮಾತನಾಡಿ ಅವನ ಉತ್ಸಾಹವನ್ನು ಇಳಿಸಲು ಯೋಚಿಸಿದನು. ಆದರೆ ಏನೇ ಹೇಳಿದರೂ ಪಿಚ್ಚಿ ಅದನ್ನು ಕಿವಿಗೆ ಹಾಕಿಕೊಳ್ಳುವ ಸ್ಥಿತಿಯಲ್ಲಿಲ್ಲವೆಂಬುದನ್ನು ಅರಿತು ಸುಮ್ಮನಾದನು.

ಅಂಬಾರಿ ಆನೆಗೆ ಶಾಲು ಹೊದಿಸಿದ ಹಾಗೆ ಬಣ್ಣ ಬಣ್ಣದ ರೇಶ್ಮೆ, ಜರಿಗೆ ಮಿಣುಕು ಪದಾರ್ಥಗಳಿಂದ ಸಿಂಗರಿಸಿ, ಗೂನಿನ ಮುಂಭಾಗದಿಂದ ಹಿಡಿದು, ಕೊರಳ ಹಿಂಭಾಗದವರೆಗೂ ಮಣಿಕುಚ್ಚುಗಳು ನೇತಾಡುತಿರಲು, ಮೈ ತುಂಬಾ ಪುಷ್ಪಾಲಂಕಾರದ ಸೋಗಿನಲ್ಲಿ, ಝಳ್ ಝಳ್ ನಾದವು ಕೊಂಬು ಮತ್ತು ಕಾಲುಗೆಜ್ಜೆಗಳ

ಚಲನೆಗೆ ತಕ್ಕಂತೆ ಬಿಟ್ಟು ಬಿಟ್ಟು ಕೇಳಲು, ನಾಟ್ಯಗಾರ್ತಿಯೊಬ್ಬಳು ವೇದಿಕೆ ಏರಲು ನಡೆದು ಹೋಗುತ್ತಿರುವಂತೆ, ತಲೆಯೆತ್ತಿಯೂ ಎತ್ತದ ಹಾಗೆ, ತುಸುವೇ ತುಸು ಮುಖ ತೋರಿಸುತ್ತಾ, ಕಣ್ಣುಗಳು ನೆಲವನ್ನೇ ನೋಡುತ್ತಿರಲು, ಗಂಭೀರ ನಡಿಗೆಯಲ್ಲಿ ಎಲ್ಲರನ್ನೂ ಆಕರ್ಷಿಸುತ್ತಾ ಬಂದಿತು – ಕಾರಿ.

ತನ್ನ ಮುಂದೆ ಇಕ್ಕಟ್ಟಾಗಿ ನಿಂತಿದ್ದ ಜನರನ್ನು ಪಕ್ಕಕ್ಕೆ ತಳ್ಳುತ್ತಾ ಭುಜವನ್ನು ಕಿರಿದಾದ ಜಾಗಕ್ಕೆ ತಕ್ಕಂತೆ ಬಳಸಿಕೊಂಡು, ಮುಂದೆ ಬಂದು ನಿಂತನು ಪಿಚ್ಚಿ. ಅವನ ಕಣ್ಣುಗಳು ಆವೇಶದಿಂದ ಕಾರಿಯನ್ನೇ ನೋಡುತ್ತಿದ್ದವು. ಅಪ್ಪನ ಆಸೆಯನ್ನು ಮಾತ್ರವಲ್ಲದೆ, ಪ್ರಾಣವನ್ನೇ ಕಸಿದುಕೊಂಡ ಕಾರಿಯು ಠೀವಿಯ ಹೆಜ್ಜೆ ಹಾಕುತ್ತಾ ಅವನ ಎದುರಿಗೆ ನಿಂತಿತು. ಜನರೆಲ್ಲರೂ ಕಾರಿಯನ್ನು ಕಣ್ತುಂಬಾ ನೋಡಲಿ ಎಂಬ ಉದ್ದೇಶದಿಂದ ಅದನ್ನು ಹಿಡಿದಿದ್ದವನು, ಮೂಗುದಾರವನ್ನು ಕೊಂಚ ಸಡಿಲ ಮಾಡಿದನು. ಕಾರಿ ನಾಲ್ಕೆಜ್ಜೆ ಮುಂದೆ-ಹಿಂದೆ ತನ್ನಿಚ್ಚೆಯಂತೆ ನಡೆಯಲಾರಂಭಿಸಿತು. ಸುತ್ತುವರೆದಿದ್ದ ಜನ, ಅದರ ಉಸಿರು ತಾಕುತ್ತಿದ್ದಂತೆ ಭಯಗೊಂಡು ಹಿಂದೆ ಸರಿದರು.

ಅಪ್ಪನನ್ನು ಕಾರಿ ತಿವಿದು ಎಸೆಯುವಾಗ ತಾನೂ ಭಯದಲ್ಲಿ ಹಿಂದೆ ಸರಿದದ್ದು ಪಿಚ್ಚಿಗೆ ನೆನಪಾಯಿತು.

"ಏನೇ ಆದ್ರೂವೇ ನೀನ್ ಅಡ್ಡ ಬಿದ್ಬುಡ್ಬೇಡಾ ಮಗಾ, ಅಪ್ಪನ ಮ್ಯಾಕಾಣೆ. ಒಸಿ ತಾಳ್ಮೆ ಇರ್ಲಿ. ನಾನಾದ ಮ್ಯಾಕೇ ಈ ವಾಡಿ ಎಲ್ಲಾ ನಿಂದೇ ದರ್ಬಾರು. ಈಗ ಕಾರಿ ನಿಂಗಲ್ಲ. ದೂರ ನಿಂತ್ಕ" ಎಂದು ಎಚ್ಚರಿಸಿ, "ಹುಡ್ಗನ್ ನೋಡ್ಕಳಿ, ಅಖಾಡುಕ್ ಬುಟ್ ಬುಡ್ಬೇಡಿ" ಎಂದು ಪಕ್ಕದವರ ಬಳಿ ತನ್ನನ್ನು ಹಿಡಿದುಕೊಳ್ಳಲು ಕೊಟ್ಟು, ಕಾರಿಯ ಮೇಲೆ ಹಾರಿದ್ದನ್ನು ನೆನೆದನು. ಅಪ್ಪನ ಕರುಳು ಹೊರ ಬಂದಾಗ, ಹೊಳೆಯಾಗಿ ಹರಿದ ರಕ್ತದ ವಾಸನೆ ಈಗ ಪಿಚ್ಚಿಯ ಮೂಗಿಗೆ ಬಡಿದಂತಾಯಿತು. ಗೂಳಿಯ ಕೊಂಬಿನ ಕಡೆ ನೋಡಿದನು. ಅಪ್ಪನ ರಕ್ತವು ಈಗಲೂ ಕೊಂಬಿನಿಂದ ಹರಿಯುತ್ತಿರುವಂತೆ ಅವನಿಗೆ ಭ್ರಮೆಯುಂಟಾಯಿತು. ಚಟಾರನೆ ರಕ್ತವು ಕೊಂಬಿನಿಂದ ಅವನ ಮೂಗಿನ ಮೇಲೆ ಎರಚಿದ ಹಾಗೆ ಭಾಸವಾಗಿ, ಮೂಗನ್ನು ಒರೆಸಿಕೊಂಡನು.

ವಾಡಿವಾಸಲ್‌ನ ಅಡ್ಡಗೋಲನ್ನೂ ಮತ್ತು ಅದಕ್ಕೆ ಅಂಟಿದಂತಿದ್ದ ಮರದ ಹಲಗೆಗಳನ್ನು ತನ್ನ ತೇವದ ಮೂಗಿನಿಂದ ಮೂಸಿ ನೋಡುತ್ತಿತ್ತು ಕಾರಿ. ನಂತರ ತಲೆಯನ್ನು ಕೆಳಗಿರಿಸಿ, ನೆಲವನ್ನು ಮೂಸಿತು. ಒಂದು ರೀತಿ ಹ್ಮೂಂ ಗುಟ್ಟಿ, ಬಲವಾದ ಉಸಿರು ಬಿಟ್ಟಿತು. ಆ ಉಸಿರಿನ ಗಾಳಿ ತಾಕಿದ ಜಾಗದಿಂದ ಮಣ್ಣು ಚದುರಿ, ತುಸು ಹಳ್ಳವೇ ಉಂಟಾಯಿತು.

ಕಾರಿಯ ಉಸಿರಿನಲ್ಲಿದ್ದ ಉಷ್ಣವನ್ನು ಗಮನಿಸಿದ ಪಿಚ್ಚಿ, ಮೊಣಕೈಗೆ ಅಂಟಿಕೊಂಡು ನಿಂತಿದ್ದ ಮರುದನ್ ಅನ್ನು ನೋಡಿದ.

"ಪಿಚ್ಚಿ, ಹೆಂಗ್ ಬೆಳ್ಕಂಡ್ಯೆತೆ ನೋಡ್ಲಾ... ಮಾಂಸದುಂಡೆ!" ಅಚ್ಚರಿಯಿಂದ ಹೇಳಿದನು ಮರುದನ್.

ಕಾರಿಯನ್ನು ನೋಡುತ್ತಲೇ ಪಿಚ್ಚಿ ತಲೆಯಾಡಿಸಿದನು.

ಬೊಚ್ಚು ಬಾಯಿಯ ನಗು ಅವರ ಗಮನವನ್ನು ತಿರುಗಿಸಿತು.

"ಏನ್ರಯ್ಯಾ, ತಮ್ಮಂದ್ರಾ? ಜಮೀನ್ದಾರು ತಾವ ಬೆಳಿಸ್ತಿರೋ ಗೂಳಿ, ಇನ್ನೆಂಗ್ ಇರ್ತದೆ ಅನ್ಕಂಡಿದ್ರಿ? ಬರೀ ಮೂಳೆ ಚರ್ಮನಾ? ಹ... ಹ್ಹಾಅಹ್! ಸೊಣಕಲ್ ಎತ್ತನ್ನ ತಗಬಂದ್ ಒಂದ್ ತಿಂಗ್ಳು ಜಮೀನ್ದಾರ್ ಕೊಟ್ಗೇಲ್ ಕಟ್ಟಿ ನೋಡಿ... ಅದೂವೇ ಹುಲಿಯಂಗ್ ತಯಾರಾಗ್ತೈತೆ" ಮುದುಕ ನಕ್ಕನು.

ಮನಸಲ್ಲಿ ನೂರಾರು ಯೋಚನೆಗಳು ಒಂದೇ ಸಮನೆ ಓಡುತ್ತಿದ್ದರಿಂದ ಪಿಚ್ಚಿಗೆ ಮುದುಕನ ಮಾತನ್ನು ಗಮನ ಕೊಟ್ಟು ಕೇಳಲಾಗಲಿಲ್ಲ. ಕೇವಲ ಸಾಂಗ್ಯಕ್ಕೆ ಮುಗುಳ್ನಕ್ಕು ಮತ್ತೆ ಗೂಳಿಯ ಕಡೆ ತಿರುಗಿದನು.

ಗೂಳಿಯನ್ನು ತುಸು ದೂರದಿಂದಲೇ ಕೆಲವು ಕ್ಷಣಗಳ ಕಾಲ ಗರ್ವದಿಂದ ನೋಡಿದ ಜಮೀನ್ದಾರ್ರು ತಿಟ್ಟಿವಾಸಲ್ ಮೇಲೆ ಏರ್ಪಡಿಸಿದ್ದ ವೇದಿಕೆಯ ಕಡೆ ನಡೆದರು. ಗೂಳಿಯ ಮೂಗುದಾರ ಬಿಗಿ ಮಾಡಲು, ಅಲ್ಲಿಗೆ ಏಣಿಯೊಂದನ್ನು ತಂದು ಹಾಕಲಾಯಿತು. ಅದನ್ನು ಏರಿದ ಜಮೀನ್ದಾರ್ರು, ವೇದಿಕೆಯ ತುದಿಯಲ್ಲಿ ನಿಂತು ಸ್ವಲ್ಪ ಸಮಯ ಸುತ್ತಲೂ ಕಣ್ಣಾಡಿಸಿದರು. ನೆರೆದಿದ್ದ ಜನರನ್ನು ಸಂತಸದಿಂದ ನೋಡುತ್ತಾ ಮುಗುಳ್ನಕ್ಕರು. ಅಂತಹ ಅದ್ದೂರಿ ತಯಾರಿಯ ರಚನೆಯನ್ನು ಕಂಡು, ಇವೆಲ್ಲವೂ ತನ್ನವು ಮತ್ತು ತನಗೋಸ್ಕರ ಮಾಡಿದ ಏರ್ಪಾಟು ಎಂಬ ಭಾವದಿಂದ ಪುಳಕಿತಗೊಂಡರು.

ಕಾರಿಯನ್ನು ಹಿಡಿದಿದ್ದವ, ಮತ್ತೆ ಅದನ್ನು ನಡು ಅಖಾಡಕ್ಕೆ ಕರೆ ತಂದು ನಿಲ್ಲಿಸಿದನು. ಅದೇ ಸಮಯಕ್ಕೆ ತಮಟೆ ಹಿಡಿದು ಓಡಿ ಬಂದ ಡಂಗೂರದವನು ನಡು ಅಖಾಡದಲ್ಲಿ ನಿಂತು ಭಾರಿ ಉತ್ಸಾಹದಿಂದ ತಮಟೆ ಬಾರಿಸಿದನು.

"ಹೇಯ್, ಕತ್ತೆಗಳಾ... ಯಾಕ್ರುಲಾ ಬಡ್ಕತಿದೀರಾ?" ಮುದುಕ ಜೋರಾಗಿ ಕೂಗಿದ. "ಡಂಗೂರ ಏನ್ ಯೋಳ್ತಾನೆ ಕೇಳುಮಾ ಇರ್ರೀ!"

ಅಲ್ಲಲ್ಲಿ ಶ್...ಶ್ ಸದ್ದು ಕೇಳಿಸಿ ಕ್ಷಣಾರ್ಧದಲ್ಲಿ ಅಖಾಡ ಮೌನವಾಯಿತು. ಡಂಗೂರದವನು ಒಂದೇ ಉಸಿರಿನಲ್ಲಿ ತಮಟೆ ಬಾರಿಸಿ, ಏದುಸಿರು ಬಿಡುತ್ತಾ ನಿಲ್ಲಿಸಿದನು. ಜನರ ಗುಂಪನ್ನು ಒಮ್ಮೆ ನೋಡಿ, ಶುರು ಮಾಡಿದನು.

"ಏಳೇಳು ಲೋಕದಲ್ಲೂ, ಅಷ್ಟ ದಿಕ್ಕುಗಳಲ್ಲೂ, ವಿಜಯ ಪತಾಕೇನ ಹಾರಿಸಿ ಬಂದಿರೋ ನಮ್ ಪೆರಿಯಪಟ್ಟಿ ಜಮೀನ್ದಾರ್ರು... ನಮ್ಮೆಲ್ರ ಯಜಮಾನ್ರು... ತಮ್ಮ ಗೂಳಿಯಾದ ಕಾರಿ ಕೊಂಬಿನ್ ಮಧ್ಯೆ ಎಲ್ಡ್ ಪೌನು ಬಂಗಾರಾನ ನೇತಾಕವ್ರಪ್ಪೋ! ದನ ಹಿಡ್ಯೋಕ್ ಬಂದಿರೋ ದಾಂಡಿಗ್ರೆಲ್ಲಾ ಗಮ್ನ ಇಟ್ಟು ಕೇಳಿಸ್ಕಳೀ... ನಿಮ್ ಅಪ್ಪಯ್ಯಾ ಅಜ್ಜಯ್ಯನ್ ಕಥೆಗಳ್ನೆಲ್ಲಾ ಮಾತಾಡ್ಕಂಡ್ ನಿಲ್ಲದ್ ಬಿಟ್ಟು... ನೀವೇನೂ ಅಂತ ತೋರುಸ್ರಪ್ಪ... ಮದ್ವೆ ಆಗ್ದೇ ಇರೋ ಹೈಕ್ಳುಗಳ... ಹೆಂಡ್ತೀನ್ ತಬ್ಕಳಂಗೆ ನಮ್ ಕಾರಿ ಮ್ಯಾಕೆ ಕೈಹಾಕ್ ನ್ವಾಡಿ... ಕಾರೀನ ಮಣ್ ಮುಕ್ಸುದ್ರೆ ಈ ಎಲ್ಡ್ ಪೌನು ನಿಮ್ಗೇಯಾ... ಅಷ್ಟೇ ಅಲ್ಲ... ಗೆಲ್ಲೋ ವೀರಂಗೆ ನಮ್ ಜಮೀನ್ದಾರಯ್ಯ ರೇಷ್ಮೆ ಶಾಲೂನ ಹಾಕಿ ಗೌರವ ಮಾಡ್ತಾರಂತೆ... ಗಂಡ್ಸಾದೋನ್ ಬಂದು ಹಿಡೀರಿ... ಹೆದ್ರುಪುಕ್ಲು ಹೆಂಗುಸ್ರೆಲ್ಲಾ ಹಂಗೇ ಓಡೋಗಿ!"

ಹೇಳಿ ಮುಗಿಸಿ, ಮತ್ತೊಮ್ಮೆ ಜೋರಾಗಿ ಒಂದೇ ಸಮನೆ ತಮಟೆ ಬಾರಿಸಿ, ಗೂಳಿಗೆ ಜಾಗ ಬಿಟ್ಟು ತಾನು ಜರುಗಿಕೊಂಡನು. ಗೂಳಿಯು ತಿಟ್ಟಿವಾಸಲ್ ಮೂಲಕ, ಕಷ್ಟಪಟ್ಟು ತನ್ನ ದೇಹವನ್ನು ನುಗ್ಗಿಸಿಕೊಂಡು ಕೊಟ್ಟಿಗೆಯನ್ನು ಸೇರಿತು.

ಪಿಚ್ಚೆ ತಲೆಯೆತ್ತಿ ಜಮೀನ್ದಾರರನ್ನು ನೋಡಿದ. ಅವರ ಮುಖ ಮತ್ತು ಕಣ್ಣುಗಳು ಗರ್ವದಿಂದ ತುಂಬಿ ತುಳುಕುತಿತ್ತು.

"ಅ! ಬಹುಮಾನ ಕೊಡ್ತೇವಿ ಅಂತ ಪ್ರತೀ ವರ್ಸಾನೂ ಹೇಳ್ತಾನೇ ಅವ್ರೇ..." ಮುದುಕ ಆ ಇಬ್ಬರ ಕಿವೀಗೂ ಬೀಳುವ ಹಾಗೆ ಮಾತನಾಡಿದ. "ಎಲ್ಡ್ ಪೌನು ಬಂಗಾರಕ್ ಆಸೆ ಪಟ್ಟು, ಗೊತ್ತಿದ್ದೂ ಯಾವನಾನ ಪ್ರಾಣ ಬುಡ್ತಾನ? ಅದ್ರಾಗೂ ಈ ಮಣ್ಣಲ್ ಹುಟ್ಟಿರೋ ಈ ರೋಷ ಸತ್ತಿರೋ ಹೈಕ್ಳು... ಹ ಹ್ಹ... ನಿಂತಲ್ಲೇ ಉಚ್ಚೆ ಉಯ್ಕತಾರೆ ಅಸ್ಟೇ..." ಗೂಳಿಯನ್ನು ಹೊಗಳುವ ಭರದಲ್ಲಿ ಊರು ಜನರ ಬಗ್ಗೆ ಕೀಳಾಗಿ ಮಾತಾಡಲು ಆತ ಹಿಂಜರಿಯಲಿಲ್ಲ.

"ನೋಡುದ್ಯಾ ಪಿಚ್ಚೆ, ವಾಡಿಪುರಂ ಗೂಳಿಗ್ ಸಿಕ್ಕಿರೋ ಮರ್ವಾದೇನಾ?" ಮರುದನ್ ಕೀಟಲೆ ಧ್ವನಿಯಲ್ಲಿ ಹೇಳಿದ.

"ನೋಡುವಾ" ಎಂದು ಪಿಚ್ಚೆ ಒಂದೇ ವಾತಲ್ಲಿ ಉತ್ತರಿಸಿದನು, ಅದೂ ಮೆಲ್ಲಗೆ. ಮುದುಕನು ಆ ಮಾತನ್ನು ಗಮನವಿಟ್ಟು ಕೇಳಿಸಿಕೊಂಡಿದ್ದ. ಪಿಚ್ಚೆ ಒತ್ತಿ ನುಡಿದ ಧಾಟಿ ಮುದುಕನ ಎದೆಯನ್ನು ಸಣ್ಣಗೆ ಕುಲುಕಿತು.

"ಏನ್ಲಾ ತಮ್ಮಾ, ತಮಾಸೆಗ್ ಹೇಳ್ತಿದ್ಯಾ ತಾನೆ? ಅಥವಾ..." ಮುದುಕನ ತೊದಲು ನುಡಿ, ಅವನ ಮಾತಿನಲ್ಲಿದ್ದ ಆತಂಕವನ್ನು ಇನ್ನಷ್ಟು ಹೆಚ್ಚಿಸಿತ್ತು. ಪಿಚ್ಚೆಯ ಮಾತಿನ ಅರ್ಥವೇನೆಂಬುದು ಮುದುಕನಿಗೆ ಗೊತ್ತಿತ್ತು. ಆದರೆ ಅದನ್ನು ನಂಬಲಾಗದೆ ಪಿಚ್ಚೆಯನ್ನೇ ನೋಡುತ್ತಾ ನಿಂತ.

ಮುದುಕನ ಆತಂಕವನ್ನು ಅರಿತ ಪಿಚ್ಚೆಯು ತಕ್ಷಣ ಮುಗುಳ್ನಗುವಿನೊಂದಿಗೆ ಉತ್ತರಿಸಿದ "ಯಾಕ್ ಅಜ್ಜಯ್ಯಾ? ಇದು ಬರೀ ಆಟಾನೇ ಅಲೂರಾ? ಆಡೋನ್ಗೂ... ನೋಡೋನ್ಗೂ! ಆದ್ರೆ ನಾನ್ ಬರೀ ನ್ವಾಡಕ್ ಬರ್ನಿಲ್ಲ..."

ಅವನ ವಾತುಗಳಲ್ಲಿ ಅಡಗಿದ್ದ ಅರ್ಥ ಇನ್ನಷ್ಟು ಸ್ಪಷ್ಟವಾಯಿತು. ಪಿಚ್ಚೆಯ ಛಲವನ್ನು, ಧೈರ್ಯವನ್ನು ಕಂಡು ಮುದುಕ ಮೂಕನಾದನು. ಒಂದು ಕಡೆ ಅವನ ಬಗ್ಗೆ ಹೆಮ್ಮೆ ಅನಿಸಿದರೂ, ಬದುಕಿನ ಅನುಭವ ಬೇರೇನೋ ಹೇಳುತ್ತಿತ್ತು. ಬಿಸಿ ರಕ್ತದ ಯುವಕ ಅವಸರ ಬಿದ್ದು ಬದುಕನ್ನು ಹಾಳು ಮಾಡಿಕೊಳ್ಳುತ್ತಾನೇನೋ ಎಂಬ ಆತಂಕ ಮುದುಕನ ಮನಸಿನಲ್ಲಿ ಆ ಕ್ಷಣದಲ್ಲೇ ಮೊಳಕೆ ಒಡೆಯಿತು.

ಪಿಚ್ಚೆಯ ಭುಜವನ್ನು ಅಕ್ಕರೆಯಿಂದ ಬಿಗಿದ್ಹಿಡಿದು "ತಮ್ಮಾ! ಈ ಮುದುಕನ್ ಮಾತು ನಿಂಗೆ ಹೆಂಗ್ ಅನುಸ್ತದೋ ಕಾಣೆ.

ಅಪ್ಪಂಗ್ ತಕ್ಕ ಮಗ ಅಂತ ಹೆಸ್ರು ಮಾಡ್ಬೇಕು ನಿಜ. ಆದ್ರೆ ಸೆಂದಾಕ್ ಯೋಚ್ನೆ ಮಾಡಿ ಅಖಾಡಕ್ ಇಳಿ ಮಗಾ. ಒಂದಕ್ಕೆ ನಾಲ್ಕ್ ಕಿತಾ ಯೋಚ್ನೆ ಮಾಡು, ತಪ್ಪಲ್ಲ. ಮಾನವ ಜನ್ಮ ದೊಡ್ದು ಅಂದೋರೆ... ಪ್ರಾಣಾನ ತಕಂಡೋಗಿ ಗೂಳಿ ಕೊಂಬಿಗೆ ಪುಕ್ಕಟೆ ಕೊಡೋದು ಸರಿಯಲ್ಲ. ಯೋಚ್ನೆ ಮಾಡು"

"ಅಜ್ಜಯ್ಯಾ, ನೀವ್ ನಂಗ್ ಹೇಳೋ ಬುದ್ಧಿ ಮಾತಿಗೆ ಬೆಲೆ ಕಟ್ಟಕ್ಕಾಗಕಿಲ್ಲ" ಅತ್ಯಂತ ವಿನಯ ಮತ್ತು ದೃಢವಾಗಿ ಹೇಳಿದನು. "ನಂಗೆ ನನ್ ಅಪ್ಪಯ್ಯಾನೇ ಬುದ್ಧಿ ಹೇಳ್ದಂಗ್ ಅನುಸ್ತೈತೆ!"

ಮುದುಕನಿಗೆ ಆ ಮಾತಿನಿಂದ ಸಮಾಧಾನವಾಯಿತು. ಆದರೆ ಪಿಚ್ಚಿಯ ನಿರ್ಧಾರ ಸ್ವಲ್ಪವೂ ಬದಲಾಗಲಿಲ್ಲವೆಂಬಂತೆ ಕಂಡಿತು.

"ಗೂಳಿ ಬಿಡಕ್ ಸುರು ಮಾಡೋನೇನಯ್ಯಾ?" ಕೆಳಗಿನಿಂದ ಧ್ವನಿಯೊಂದು ಜಮೀನ್ದಾರರನ್ನು ಕೇಳಿತು. ಶುರು ಮಾಡೋಣವೆಂದು ಜಮೀನ್ದಾರರು ತಲೆಯಾಡಿಸುವುದರ ಮೂಲಕ ಅನುಮತಿ ಕೊಟ್ಟರು. ಗುಂಪು ದಿಢೀರನೇ ಜೀವಂತವಾಯಿತು. ಗುಸುಗುಸು ಸದ್ದು ಮೆಲ್ಲಗೆ ಆರ್ಭಟವಾಗಿ ಪರಿಣಮಿಸಿ, ಎಲ್ಲರೂ ತಮ್ಮ ತಮ್ಮ ಜಾಗಗಳನ್ನು ಭದ್ರಪಡಿಸಿಕೊಂಡರು.

ತಿಟ್ಟಿವಾಸಲ್ ಅನ್ನು ಕೋಲಿನಿಂದ ಅಡ್ಡಗಟ್ಟಿ ನಿಂತಿದ್ದ ಕೈಯೊಂದು ಜಮೀನ್ದಾರರ ಅನುಮತಿ ಸಿಕ್ಕ ಮುಂದಿನ ಕ್ಷಣ ಪಕ್ಕಕ್ಕೆ ಸರಿಯಿತು. ಇಷ್ಟು ಹೊತ್ತು ಕಾದು ಉತ್ಸಾಹವನ್ನು ಅದುಮಿಟ್ಟಿದ್ದ ಜನ ಒಂದೇ ಸಮನೆ ತಮ್ಮ ಆರ್ಭಟವನ್ನು ಜೋರು ಮಾಡಿದರು. ಅದೇ ಸಮಯ, ಕೊಟ್ಟಿಗೆಯಿಂದ ಕರೆತರಲ್ಪಟ್ಟ ಸೆಲ್ಲಾಯಿ ಗುಡಿಯ ಗೂಳಿಯನ್ನು ಮೊದಲನೇ ಗೂಳಿಯಾಗಿ ಹೊರ ಬಿಟ್ಟು, ಸಂಭ್ರಮಕ್ಕೆ ನಾಂದಿ ಹಾಡಲಾಯಿತು.

"ಸೆಲ್ಲಾಯಿ ಗೂಳಿ... ಸರ್ಕಳ್ರೋ" ಸಂದಣಿಯಿಂದ ಹಿರಿಯರ ಧ್ವನಿ ಕೇಳಿತು.

ಸೆಲ್ಲಾಯಿ ಗೂಳಿ ಒಂದೇ ಜಿಗಿತಕ್ಕೆ ಬಾಗಿಲಿನಿಂದ ಹೊರ ಹಾರಿ, ಹೊಳೆಯ ದಿಕ್ಕಿನ ದಾರಿಯ ಕಡೆಗೆ ಓಟ ಕಿತ್ತಿತು. ದೇವರ ಗೂಳಿಯನ್ನು ಮುಟ್ಟುವ ಧೈರ್ಯ ಯಾರೂ ಮಾಡುವುದಿಲ್ಲ. ಕೇವಲ 'ಹೋಯ್ ಹೋಯ್' ಎಂದು ಕೂಗುತ್ತಾ ಅದನ್ನು ಅಟ್ಟಿದರು.

ಜಲ್ಲಿಕಟ್ಟು ಶುರುವಾಯಿತು. ಬಲಗಡೆಯ ಅಡ್ಡಗೋಲಿಗೆ ಇನ್ನಷ್ಟು ಅಂಟಿದ ಹಾಗೆ ಪಿಚ್ಚೆ ಮತ್ತು ಮರುದನ್ ನಿಂತುಕೊಂಡರು. ಬರುವ ಗೂಳಿಗಳ ಮೇಲೆ ಬೀಳಲು ನಾ ಮುಂದು ತಾ ಮುಂದು ಎಂದು ಕಾಯುತ್ತಿರುವ ದನ ಅಡಗಿಸುವವರ ತಳ್ಳುವಿಕೆಯನ್ನು ನಿಭಾಯಿಸಿಕೊಂಡು ಮುದುಕ ಕೊಂಚ ಶ್ರಮಪಟ್ಟು ನಿಲ್ಲಬೇಕಾಯಿತು. ಮೂಡಣದ ಯುವಕರ ಮೇಲಿದ್ದ ಅಕ್ಕರೆ ಮತ್ತು ಕಾಳಜಿಯಿಂದ, ಮುದುಕ ಅವರ ಚಲನೆಯನ್ನು ಹತ್ತಿರದಲ್ಲೇ ನಿಂತು ಗಮನಿಸಲು ಮತ್ತು ಅವರಿಗೆ ಆಗಾಗ ಉಪದೇಶಿಸಲು ಕಾತುರನಾಗಿದ್ದ. ಅಂದಿನ ಸೆಲ್ಲಾಯಿ ಜಲ್ಲಿಕಟ್ಟಿನಲ್ಲಿ ಅವರಿಬ್ಬರ ಹೆಸರು ಶಾಶ್ವತವಾಗಿ ನೆಲೆ ನಿಲ್ಲಬೇಕೆಂದು ಮುದುಕ ಬಯಸಿದನು.

ವಾಡಿವಾಸಲ್ ಮೂಲಕ ಒಂದರ ಹಿಂದೆ ಒಂದರಂತೆ ಗೂಳಿಗಳು ಹೊರ ಬರಲು ಶುರು ಮಾಡಿದ್ದವು. ಎಗರಿ ಬರುವ ಗೂಳಿಗಳು ಎದುರು ದಾರಿಯಲ್ಲಿ ಒಂದೇ ಸಮನೆ ಓಡುತ್ತಿದ್ದವು.

ಹಿಡಿಯಲು ಕಾಯುತ್ತಿದ್ದ ಪಟುಗಳು ಅವರವರ ಶಕ್ತಿಗೆ, ಸಾಮರ್ಥ್ಯಕ್ಕೆ ತಕ್ಕಂತೆ ಗೂಳಿಗಳನ್ನು ಆಯ್ಕೆ ಮಾಡಿ, ಅವುಗಳ ಮೇಲೆ ಬಿದ್ದು ಅಡಗಿಸಲು ಯತ್ನಿಸುತ್ತಿದ್ದರು. ನಿಮಿಷಕ್ಕೊಂದರಂತೆ ಕಳಚಿ ಬಿಡುತ್ತಿದ್ದ ಗೂಳಿಗಳೆಲ್ಲವನ್ನೂ ಗಟ್ಟಿ ಗೂಳಿಗಳೆಂದು ಒಪ್ಪಿಕೊಳ್ಳಲಾಗುವುದಿಲ್ಲ. ಮಾಂಸಖಂಡಗಳು ಪೊಗದಸ್ತಾಗಿದ್ದರೂ ಮಂದವಾಗಿ ಓಡುವ ಗೂಳಿಗಳೂ ಬಂದವು. ಈಗಷ್ಟೇ ಹಲ್ಲು ಮೊಳೆತಿರುವ ಕರುಗಳ ಅರಂಗೇಟ್ರಂ ಸಹ ವಾಡಿವಾಸಲ್‌ನಲ್ಲಿ ನಡೆದವು. ಅಂತಹ ದನಗಳನ್ನು ಚಿಕ್ಕ ಹುಡುಗರು ಸಂತಸದಲ್ಲಿ ಕೂಗುತ್ತಾ ಅಟ್ಟಿಸಿಕೊಂಡು ಹೋದರು. ಸುಮಾರಾದ ಮತ್ತು ಬಲಿಷ್ಠ ಗೂಳಿಗಳು ಬರುವಾಗ ಮಾತ್ರ 'ನಾ ಹಿಡಿ! ನೀ ಹಿಡಿ!' ಎಂದು ವಾಡಿವಾಸಲ್ ಮುಂದೆ ಪೈಪೋಟಿ ಶುರುವಾಗುತ್ತದೆ. ಗೂಳಿಯನ್ನು ಅಡಗಿಸಿ, ಅದರ ಕೊರಳಿಗೆ ಕಟ್ಟಿರುವ ರುಮಾಲನ್ನು ಬಿಚ್ಚುವವನೇ ವೀರ. ನಾಕಾಣೆ ಅಥವಾ ಎಂಟಾಣೆ ಬೆಲೆಯುಳ್ಳ ರುಮಾಲಿಗೋಸ್ಕರ ಈ ಪಂದ್ಯ ನಡೆಯುತ್ತದೆ ಎಂದುಕೊಂಡರೆ ಅದು ತಪ್ಪಾಗುತ್ತದೆ. ಕೊನೆಯಲ್ಲಿ ಯಾರ ಬಳಿ ಎಷ್ಟು ರುಮಾಲಿವೆಯೆಂಬುದೇ ಶೌರ್ಯವನ್ನು ಅಳೆಯುವ ಮಾನದಂಡ. 'ಅವ್ನ್ ಎಂಟ್ ರುಮಾಲ್ ಹೊಡುದ್ನಂತೆ... ಪಕ್ದೂರೋನು ಹತ್ತಂತೆ... ಕೊಂಬಿಂದ ತಿವುಸ್ಕಂಡ್ರೂ ಅದ್ನ ಅಡಗಿಸಿ ಗೆದ್ನಂತೆ...' ಎಂಬ ಮಾತುಗಳು ಮುಂದಿನ ಜಲ್ಲಿಕಟ್ಟಿನವರೆಗೂ ಚಲಾವಣೆಯಲ್ಲಿರುತ್ತವೆ. ಒಂದು ವೇಳೆ ತಾನು ಅಡಗಿಸಲು ಪ್ರಯತ್ನ ಪಟ್ಟು ಗೂಳಿ ಕೈಗೆ ಸಿಗದೇ ಹೋದಲ್ಲಿ, ಸಪ್ಪೆ ಮುಖ ಹಾಕಿಕೊಂಡು 'ಬುಡ್ಲಾ... ಮುಂದಿನ್ ವರ್ಸ ಐತೆ' ಎಂದು ಹುಮ್ಮಸ್ಸು ಹೆಚ್ಚಿಸಲು ಯತ್ನಿಸುವ ಧ್ವನಿಗಳೂ ಸಹ ಕೇಳುತ್ತವೆ.

ಇಂತಹ ಯಾವ ಕೋಲಾಹಲವನ್ನು ತೋರ್ಪಡಿಸದೆ, ಹೊರ ಬರುವ ಗೂಳಿಗಳನ್ನು ಗಮನಿಸುತ್ತಾ, ಯಾವುದು ಯಾರ ಗೂಳಿಯೆಂದು ಅರಿತು, ಆ ಗೂಳಿಗಾಗಿ ಕಾಯುತ್ತಿರುವವನಿಗೆ ಜಾಗ ಮಾಡಿಕೊಟ್ಟು, ಆಟವನ್ನು ಮೌನವಾಗಿ ನೋಡುತ್ತಾ ನಿಂತಿದ್ದರು ಪಿಚ್ಚಿ ಮತ್ತು ಮರುದನ್.

ಮುದುಕ ಹತ್ತಿರ ಬಂದು ಪಿಚ್ಚಿಯ ಬೆನ್ನಿಗೆ ತಟ್ಟಿ ಹೇಳಿದ. "ಈ ಕತ್ತೆಗಳೆಲ್ಲಾ ನಿಂಗಲ್ಲ ಕಣಯ್ಯಾ... ಈ ಬಡ್ಡೆತವು, ಬರೋ

ಗೂಳಿಗಳ್ ಮ್ಯಾಕೆಲ್ಲಾ ಕುಲ್ಡ್ ಕುಲ್ಡಾಗಿ ಬೀಳ್ತವೆ. ಬೆರ್ಳ್ ಬುಟ್ಟು ಎಣ್ಸುದ್ರೆ ಒಂದ್ ಹತ್ತು ಗೂಳಿಗಳ್ ಅವೆ. ಹೆಸ್ರು ಮಾಡ್ಬೇಕು ಅಂದ್ರೆ ಆ ಗೂಳಿಗಳ್ನ ಅಡಗಿಸ್ಬೇಕು. ಅವ್ನಪ್ಪಾ ನಿಜ್ವಾದ್ ಕಸುಬುಗಾರ! ಏನಯ್ಯಾ ಮರುದಯ್ಯ... ನೀನ್ ಏನ್ ಯೋಳ್ತ್ಯಾ?"

ಪಿಚ್ಚೆ ತಲೆಯಾಡಿಸುತ್ತಿರುವಾಗ ಮರುದನ್ "ಅಜ್ಜಯ್ಯಾ ಹೇಳೋದು ನೂರ್ರಲ್ ಒಂದ್ ಮಾತು ಕಲಾ" ಎಂದನು.

ಅವನು ಹೇಳಿ ಮುಗಿಸುವಷ್ಟರಲ್ಲಿ, ಅವರನ್ನು ಪ್ರಶ್ನಿಸುವ ಹಾಗೆ ಎದುರು ಅಡ್ಡಗೋಲಿನ ಕಡೆಯಿಂದ ಧ್ವನಿಯೊಂದು ಕೇಳಿತು. "ಏನಣ್ಣಾ, ಇನ್ನೂವೇ ಮೇಲಂಗಿ ಮುಂಡಾಸು ಕೂಡಾ ಬಿಚ್ಚದಂಗ್ ಹಂಗೇ ನಿಂತಿದ್ಯಲ್ಲ? ಕೈ ಕಟ್ಕಂಡ್ ನಿಂತು ಆಟ ನೋಡಕ್ಕೆ ಮೂಡಣ ಸೀಮೆಯಿಂದ ಈಟೋಂದ್ ದೂರ ಬಂದೀರೇ? ಹೆಹ್ಹೆ...ಹೆ!"

ಮೂಡಣ ಸೀಮೆ ಎಂಬ ಮಾತು ಕೇಳಿದೊಡನೆ ನಾಗರ ಹಾವು ಹೆಡೆ ಬಿಚ್ಚಿದ ಹಾಗೆ ಥಟ್ಟನೆ, ಧ್ವನಿ ಕೇಳಿದ ಕಡೆ ಮುಖ ತಿರುಗಿಸಿದನು ಪಿಚ್ಚೆ. ನಗುತ್ತಿದ್ದವನ ಮುಖ ನೋಡಿದನು. ಆದರೆ ಆತ ಯಾವ ಊರಿನವನು, ತಾನು ಆತನಿಗೆ ಹೇಗೆ ಪರಿಚಯ ಎಂಬುದು ಪಿಚ್ಚೆಗೆ ತಿಳಿಯಲಿಲ್ಲ. ಆದರೂ ಸುಮಾರು ಗೂಳಿಗಳನ್ನು ಹೊರಗೆ ಬಿಟ್ಟ ನಂತರವೂ ಪಿಚ್ಚೆ ಮೇಲಂಗಿ ಮತ್ತು ಮುಂಡಾಸನ್ನು ಕಳಚದೆ ನಿಂತಿದ್ದರ ಬಗ್ಗೆ ಕುಹಕವಾಡಿದ ಆ ವ್ಯಕ್ತಿಯ ಮಾತು ಪಿಚ್ಚೆಗೆ ಹಿಡಿಸಲಿಲ್ಲ. ಮುಳ್ಳಿನಿಂದ ಚುಚ್ಚಿದಂತಾಯಿತು. ಮುದುಕನ ಕಡೆ ತಿರುಗಿ "ಯಾರಜ್ಜಯ್ಯಾ ಅದು?" ಎಂದು ಕೇಳಿದನು.

"ಅಯ್ಯೋ! ಅವ್ನ್ ಗೊತ್ತಿಲ್ವಾ ನಿಂಗೆ?" ಎಂದು ಅಸಡ್ಡೆ ಮತ್ತು ಸಣ್ಣ ವ್ಯಂಗ್ಯ ನಗೆಯೊಂದಿಗೆ ಮುದುಕ ಹೇಳಿದನು. "ಅವ್ನೇ ಮುರುಗು"

ಪಿಚ್ಚೆ ಒಂದು ಕ್ಷಣ ಯೋಚಿಸಿದ. "ತೆಂಕಣದವ್ನಾ?"

"ಹೌದು. ಅವ್ನೇಯಾ. ಇಲ್ಲಿ ಎಲ್ರುಗಿಂತ ಒಸಿ ಸ್ಯಾನೆ ಧಿಮಾಕು ಆವಯ್ಯಂಗೆ. ಜಲ್ಲಿಕಟ್ಟಲ್ ತನಗಿಂತ ಕಿಸ್ಯೋರ್ ಯಾರೂ ಇಲ್ಲ ಅನ್ಕಂಡವ್ನೆ"

"ಏನ್ ಮಾವಯ್ಯೋ... ಹಿಂಗ್ ಅಂದ್ಬುಟ್ಟೆ?" ಮುದುಕನ ಮಾತನ್ನು ಕೇಳಿಸಿಕೊಂಡ ಮುರುಗು ತುಸು ಜೋರಾಗಿಯೇ ಕೂಗಿದ. "ಮೂಡಣದಿಂದ ಬಂದೋರ್ ಮಾತ್ರ ಕಿಸುದ್

ಬುಡ್ತಾರ? ಮುಂಡಾಸೂ ಕಳಚದೆ!" ಅವನ ಪಕ್ಕದಲ್ಲಿ ಧ್ವನಿಗಳು ನಗಲಾರಂಭಿಸಿದವು.

ಮುದುಕನಿಗೆ ಕೋಪವೇರಿತು. "ಬಾಯಲ್ ಹೂಸ್ ಬುಟ್ಟಿದ್ ಸಾಕು. ವಾಡಿವಾಸಲ್ ಮುಂದೇನೇ ಇಬ್ರೂವೇ ನಿಂತಿದೀರಲ್ಲ. ತೆಂಕಣಾನ... ಮೂಡಣಾನ... ನೋಡ್ಬುಡುಮಾ ಬುಡು..."

"ಅಜ್ಜಯ್ಯಾ, ಒಸಿ ಸುಮ್ಕಿರಿ. ಅಣ್ಣೋವ್, ನಿಮ್ ಬಗ್ಗೆ ಕೇಳ್ಪಟ್ಟೀವ್ನಿ" ಪಿಚ್ಚಿ ಮುರುಗನನ್ನು ನೋಡಿ ಹೇಳಿದ. "ಇದೇ ಮದಲ್ನೇ ಕಿತಾ ನೋಡ್ತಾ ಇರೋದು"

"ಆದ್ರೆ ನಾನ್ ನಿನ್ನ ನೋಡಿದೀನ್ ಕಲಾ... ನಿಮ್ಮಪ್ಪಯ್ಯನ್ ಜತೆ. ಒಂದ್ ಕಿತಾ ಅವ್ರ್ ಜತೆ ನೀನೂ ಬಂದಿದ್ದಲ್ಲ, ಜಲ್ಲಿಕಟ್ಗೆ?"

"ಓ, ಆಗ ಸುಮ್ಕೆ ಕೈ ಕಟ್ಕಂಡ್ ನಿಂತು ಆಟ ನೋಡಕ್ ಬಂದಿದ್ರೇನಣ್ಣಾ?" ಪಿಚ್ಚಿಯ ಮಾತಲ್ಲಿ ಕಿಡಿಯಿತ್ತು. "ಅಂಗಿ ಕಳಚ್ದೋನೆಲ್ಲಾ ಗೂಳಿ ಹಿಡಿತಾನೆ ಅಂತ ಹೇಳಕ್ಕಾಗಕಿಲ್ವಲ್ಲ. ನೀವೂ ಆಗ್ಲಿಂದ ಸುಮ್ಕೇನೇ ನಿಂತಿದೀರಲ್ಲ. ಅದ್ಕೆ ಕ್ಯೋಳ್ದೆ"

"ಇದಪ್ಪಾ ವರ್ಸೆ. ಏನ್ಲಾ ಮುರುಗು! ಕೈ ಕಟ್ಕಂಡ್ ನೋಡಕ್ ಬಂದ್ಯೇನ್ಲಾ?" ಮುದುಕ ಅಬ್ಬರಿಸಿದ.

ಮುದುಕನ ಮಾತಿಗೆ ಪಕ್ಕದಲ್ಲಿದ್ದ ಧ್ವನಿಗಳು ನಗಾಡಿದವು.

ಮುರುಗು ಹಲ್ಲು ಕಚ್ಚಿಕೊಂಡ. ಕೋಪದಲ್ಲಿ ವಿಪರೀತವಾಗಿ ಏನನ್ನೋ ಹೇಳಲು ಮುಂದಾದವನು ಸುಮ್ಮನಾದ. ಆತನನ್ನು ಗಮನಿಸಿದ ಪಿಚ್ಚಿ "ವಾಡಿವಾಸಲ್ ಮುಂದೆ ವಾಗ್ವಾದ ಬ್ಯಾಡಣ್ಣೋ. ನೀನಾಡಿದ್ ಮಾತ್ ಸರಿ ಇರ್ನಿಲ್ಲ. ಅದ್ಕೆ ನಾನ್ ಹಂಗಂದೆ. ಅದೇನ್ ಹಂಗ್ ಕ್ಯೋಳ್ಬುಟ್ಟೆ. ಮೂಡಣದೋನು ಕೈ ಕಟ್ಕಂಡ್ ನಿಲ್ಲಕಿಲ್ಲ. ಕೈ ತಟ್ಟಂಗ್ ಮಾಡ್ತಾನೆ. ನೀನೇ ನೋಡುವ್ಯಂತೆ ಇರು" [illegible] ಹೇಳಿದಂತಿದ್ದವು.

"ವಾಗ್ವಾದ ಬ್ಯಾಡ ಅಂತ ಈಟುದ್ದ ಮಾತಾಡ್ತಿರೋನ್ ನೀನೇ ಕಲಾ. ನಿಮ್ಮಪ್ಪನ್ ಹೆಸ್ರ್ ಹೇಳ್ಕಂಡ್ ಚಪ್ಪಾಳೆ ಗಿಟ್ಟುಸ್ಕಳದ್ ಅಲ್ಲ. ನೋಡುಮಾ, ಕೈ ಕಟ್ಕಂಡ್ ನಿಲ್ತ್ಯೋ... ಕೈ ತಟ್ಟಂಗ್ ಮಾಡ್ತ್ಯೋ ಅಂತ" ಮುರುಗು ಸವಾಲ್ ಎಸೆದ.

ಪಿಚ್ಚಿ ತುಟಿಯನ್ನು ಬಿಗಿದು ಮುರುಗನನ್ನು ಕೆಕ್ಕರಿಸಿ ನೋಡಿದನು, ಅವನ ಕಣ್ಣುಗಳಲ್ಲಿ ಸಿಟ್ಟು ಆ ಕ್ಷಣದ ಅತಿಥಿಯಾಗಿ ಕಂಡಿತು.

ಮುದುಕನು, "ಲೇ ತಮ್ಮ. ಪಿಚ್ಚಿ!" ಎಂದು ಗದರಿ ಕೂಗಿದನು. "ಮನ್ಸಂಗೂ ದನಕ್ಕೂವೇ ಮಾತ್ರ ಈ ಜಲ್ಲಿ. ಕಾಳಗ ಕೈಗೂ ಕೊಂಬುಗೂ ಇರ್ಬೇಕು ಅಷ್ಟೇಯಾ... ಗೆಪ್ತಿ ಇರ್ಲಿ"

ಪಿಚ್ಚಿ ಸುಧಾರಿಸಿಕೊಂಡನು.

"ಜಮೀನ್ದಾರ್ ಮನೆಲ್ ಊಟ ಉಂಡವ್ನಲ್ಲ. ಆ ಉಪ್ಪಿನಾಂಸ ಮೈಯ್ಯಾಗೈತೆ. ಅದ್ಕೆ ಹಂಗ್ ಮಾತಾಡ್ತಾವ್ನೆ. ಸುತ್ತಮುತ್ತ ಸೀಮೇಲ್ ಅವ್ನಂಗ್ ಯಾರೂ ಕಸುಬುಗಾರ್‍ರಿಲ್ಲ ಅನ್ನೋ ಧಿಮಾಕು. ಜಮೀನ್ದಾರ್‍ರು ಕಿವೀಗ್ ಬೀಳಲಿ ಅಂತಾನೇಯಾ, ಬೇಕು ಬೇಕೂಂತ ಕೂಗಿ ಮಾತಾಡ್ತಾವ್ನೆ. ಅವ್ನಿಗ್ ಮೇವ್ ಹಾಕ್ಬೇಡಯ್ಯಾ ನೀನು..."

ಮರುದನ್ ಮುದುಕನನ್ನು ಕಂಡು "ಪಿಚ್ಚಿ ಮೇವಾಕಲ್ಲ. ನಾನ್ ಒಸಿ ನೀರ್ ಹಾಕ್ತೀನ್ ಇರಿ ಅಜ್ಜಯ್ಯಾ..." ಅಂತಂದು, ಮುರುಗು ನಿಂತಿದ್ದ ಕಡೆ ತಿರುಗಿ, "ಜಲ್ಲಿ ಈಗ್ ತಾನೆ ಸುರು ಆಗೈತೆ ಮುರುಗಣ್ಣಾ... ಎದ್ಯಾಗ್ ಬೆಂಕಿ ಇದ್ರೆ ಗೂಳಿ ಮ್ಯಾಕ್ ಬಿದ್ದು ತೋರ್ಸಿ ನೋಡುಮಾ" ಎಂದು ನಗುತ್ತಲೇ ಹೇಳಿದ.

ಜನರ ಮಧ್ಯೆ ಸಣ್ಣ ಸಂಚಲನ ಮೂಡಿತು. ವಾಡಿವಾಸಲ್‌ನಿಂದ ಹೊರ ಬರುವ ಮುಂದಿನ ಗೂಳಿಯ ಕುರಿತು ಗುಸುಗುಸು ಶುರುವಾಯಿತು. "ಹೇ ಸಣ್ಣೆತ್ತು ಬತ್ತಾಯ್ತಂತೆ" ಎಂಬ ಮಾತು ಒಬ್ಬರಿಂದ ಒಬ್ಬರಿಗೆ ಹರಡಿ, ಗುಂಪು ಮೆಲ್ಲಗೆ ಹಿಂದೆ ಸರಿಯಿತು. ವಾಡಿವಾಸಲ್ ವಿಶಾಲವಾಯಿತು.

ಪಿಚ್ಚಿ ಮುಂಡಾಸನ್ನು ಎಳೆದು ಕಾಲುಗಳ ಮಧ್ಯೆ ಸಿಕ್ಕಿಸಿಕೊಂಡು, ಮೇಲಂಗಿಯನ್ನು ಕಳಚಿ, ಪಂಚೆಯನ್ನು ಬಿಚ್ಚಿದನು. "ಅಜ್ಜಯ್ಯಾ, ಮಡಿಕ್ಕಳಿ" ಎಂದು ನೀಡಿದನು. ಮರುದನ್‌ನೂ ಕ್ಷಣಾರ್ಧದಲ್ಲಿ ತನ್ನ ಬಟ್ಟೆಯನ್ನು ಕಳಚಿ ಮುದುಕನಿಗೆ ನೀಡಿದನು. ಕೇವಲ ಬನಿಯನು ಮತ್ತು ಲಂಗೋಟಿಯಲ್ಲಿ ನಿಂತರು. ಎಲ್ಲರ ಕಣ್ಣುಗಳು ವಾಡಿವಾಸಲ್ ಕಡೆಗೆ ಜಿಗಿದವು.

ಸಣ್ಣೆತ್ತು ಹಿಡಿದು ಬಂದವನು ಒಳದ್ವಾರದಲ್ಲೇ ಅದರ ಮೂಗುದ್ವಾರವನ್ನು ಕತ್ತರಿಸಿ, ವೇಗವಾಗಿ ಹೊರಗೆ ಓಡಿದನು.

ಕೊಂಬುಗಳ ಮಧ್ಯೆ ಕೆಳಭಾಗದಲ್ಲಿ ಗಂಟುಗಂಟಾಗಿ ಹೆಣೆದು ಕಟ್ಟಿದ್ದ ಜರಿಗೆ ಶಾಲು ಹೊಳೆಯುತ್ತಿತ್ತು. ಚೂಪಾದ ಎರಡು ಕೊಂಬುಗಳನ್ನು ಮುಂದೆ ಚಾಚಿಕೊಂಡು, ವಾಡಿವಾಸಲ್ ಹೊರಗೆ ತಲೆಯಾಡಿಸಿತು ಸಣ್ಣೆತ್ತು.

"ಲೇ ಮುರುಗು! ನೀನ್ ಹಿಡ್ಕಳಪ್ಪ" ಕೂಗಿದನು ಮುದುಕ.

"ನನ್ ಕೊಂಬಿಗ್ಯಾಕ್ ಶಾನೆ ಹಿಡಿತಿದ್ಯಾ ಮಾವಯ್ಯಾ ನೀನು? ಮೂಡಣದಿಂದ ಬಂದೋರು ನಿನ್ ಪಕ್ದಲೇ ಇರುವಾಗ!" ಹೇಳುತ್ತ ಪಿಚ್ಚೆಯ ಕಡೆ ಗೇಲಿಯಾಗಿ ನೋಡಿದನು ಮುರುಗು. ಪಿಚ್ಚೆ ಅವನನ್ನು ನೋಡದೆ, ಕೇವಲ ಅವನ ಮಾತುಗಳನ್ನು ಮಾತ್ರ ಕೇಳಿಸಿಕೊಂಡು ಮರುದನ್ ಕಡೆಗೆ ಅರ್ಥವುಳ್ಳ ನೋಟ ಬೀರಿದನು. ಮೈಯಲ್ಲಿ ಸಿಡಿಲು ಸಂಚರಿಸಿದ ಹಾಗೆ ಮರುದನ್, ಮುಂದಿನ ಕ್ಷಣವೇ ನಿಂತಲ್ಲಿಂದ ಜಿಗಿದು, ಅಡ್ಡಗೋಲಿನ ಮೇಲೆ ಒಂದು ಕೈ ಊರಿ, ಇನ್ನೊಂದು ಕೈಯಿಂದ ಹೊರಗ್ ಚಾಚಿದ್ದ ಕೊಂಬಿನ ತುದಿಯನ್ನು ನೇವರಿಸಿದನು. "ನಿನ್ನಿಂದ ಆಗಲ್ಲ ಅಂದ್ರೆ ಬುಟ್ಟುಡು ಮುರುಗಣ್ಣಾ! ನಾವ್ ನೋಡ್ಕತೀವಿ..." ಮರುದನ್ ಗರ್ಜಿಸಿದ.

ಅದೇ ಸಮಯ ಮುರುಗನೂ ಮುಂದೆ ಬಂದು ಜಿಗಿದು, ಎಡಗಡೆಯ ಅಡ್ಡಗೋಲಿನ ಮೇಲೆ ಕೈ ಊರಿ, ಗೂಳಿಯ ಎಡಗೊಂಬನ್ನು ಹಿಡಿಯಲು ಯತ್ನಿಸುತ್ತಲೇ "ಯಾರತ್ರ ಮಾತಾಡ್ತಿದ್ಯಾ ಅಂತ ಒಸಿ ಗ್ಯಾನ ಇರ್ಲಿ ತಮ್ಮಾ... ಸಣ್ಣೆತ್ತನ್ನ ನಂಗ್ ಬುಟ್ಟುಡು. ಕರಟ್ಟುಪಾಳ್ಯಂ ಮಯಿಲ್‌ನ ನೀನ್ ಹಿಡ್ಕ ಬೇಕಾದ್ರೆ... ಪಿಚ್ಚೆ ಬೇಕಿದ್ರೆ ಪಳಯೂರ್ ಕೊರಾಲು ಅಥವಾ ಜಮೀನ್ದಾರ್ ಗೂಳಿನಾ ಅಡುಗುಸ್ಲಿ..." ಎಂದನು.

"ಸ್ಯಾನೆ ಉಸಾರಾಗ್ ಮಾತಾಡ್ತಾವ್ನೆ ಬಡ್ಡೈದಾ" ಎಂದನು ಮುದುಕ. "ಮರುದಾ, ಬುಟ್ಟುಡಪ್ಪಾ. ಸಣ್ಣೆತ್ತು ಅವ್ನದಂತೆ. ಅವ್ನೇ ಅಡುಗುಸ್ಲಿ

"ಸರಿ, ತಗಳಪ್ಪಾ..." ಎಂದು ಮರುದನ್ ಚಾಚಿದ ಕೈಯನ್ನು ಹಿಂತೆಗೆದುಕೊಂಡನು. ಆದರೆ ಗಮನ ಪೂರ್ತಿ ಗೂಳಿಯ ಮೇಲೇ ಇತ್ತು.

"ಅಬ್ಬಬ್ಬೋ! ಹೆಸ್ರಿಗ್ ಮಾತ್ರ ಸಣ್ಣೆತ್ತು ಕಲಾ ಇದು. ಕರಿನಾಗರ ಎಗರ್ದಂಗ್ ಎಗುರ್ತದೆ"

"ಕೊಂಬನ್ನ ಮುಟ್ಟಕ್ಕೂ ಬುಡಕಿಲ್ಲ ಅದು. ಇನ್ನೆಲ್ ಅಡುಗ್ನೋದು?"

"ಈಗೇನ್ ಮಾಡ್ತದೆ ನೋಡು! ಆಟ ಈಗ ಸುರು..."

ಪ್ರತಿ ಜಲ್ಲಿಕಟ್ಟುಗಳಿಗೂ ಹಾಜರಾಗುತ್ತಿದ್ದ ಕೆಲವರಿಗೆ ಸಣ್ಣೆತ್ತಿನ ಗುಣಾತಿಶಯಗಳು ತಿಳಿದಿದ್ದವು. ಜನರ ಗುಂಪಲ್ಲಿ ಚದುರಿ ನಿಂತಿದ್ದ ಅವರ ಧ್ವನಿಗಳು, ಜನರಲ್ಲಿ ಇನ್ನಷ್ಟು ಕುತೂಹಲ ಮೂಡಿಸಿತು.

ಸಣ್ಣೆತ್ತು ಕೊಂಬನ್ನು ಮೇಲೆತ್ತದೆ, ನೆಲವನ್ನು ನೋಡುತ್ತ ನಿಂತಿತ್ತು. ಕೊಂಬನ್ನು ಹಿಡಿಯಲು ಕೈಯೊಂದು ಹತ್ತಿರ ಬರುತ್ತಿದೆ ಎಂದು ತಿಳಿದ ತಕ್ಷಣ ಜೋರಾಗೇ ತಲೆಯಾಡಿಸುತ್ತಿತ್ತು. ಮುರುಗು

ಕೊಂಬಿನ ಬಳಿ ಕೈ ಹಾಕಿದನು. ಕೂಡಲೇ ಕೈಯನ್ನು ಒದರುವ ಹಾಗೆ ತಿರುಗಿತು. ಮರದ ಹಲಗೆಗಳಿಗೆ ಅದರ ಕೊಂಬು ಬಡಿಯಿತು. ಬಾಗಿಲು ತೆರೆದೊಡನೆ, ಯಡ್ಡಾದಿಡ್ಡಿ ಓಡಿ ಹೋಗುವ ಜಾತಿಯಲ್ಲ ಇದು. ಯಾವ ಕಡೆಯಿಂದಾದರೂ ಕೈಗಳು ಸಮೀಪಿಸುತ್ತಿವೆಯೇ ಎಂದು ಹುಷಾರಾಗಿ ಗಮನಿಸುತ್ತಾ ಮುಂದೆ ಅಡಿಯಿಡುತ್ತಿತ್ತು.

ಕೊಂಬು ಇನ್ನಷ್ಟು ಹೊರ ಚಾಚಲು, ಅದಕ್ಕಾಗಿಯೇ ಕಾಯುತ್ತಿದ್ದ ಮುರುಗು ಲಬಕ್ಕೆಂದು ಹಿಡಿದು, ಗೂಳಿಯನ್ನು ನಿಯಂತ್ರಣಕ್ಕೆ ತರಲು ಯತ್ನಿಸಿದನು. ಆದರೆ ಸಣ್ಣೆತ್ತು ಒಂದು ಕುಲುಕು ಕುಲುಕಿತು. ಮುರುಗು ಎಚ್ಚೆತ್ತುಕೊಳ್ಳದಿದ್ದರೆ, ಅವನ ಕೈ ಮರದ ಹಲಗೆಗೆ ಬಡಿದು ಬೆರಳಿನ ಮೂಳೆಗಳು ಪುಡಿಯಾಗುತ್ತಿದ್ದವು.

ಇನ್ನೊಮ್ಮೆ ಅವನ ಕೈ ಹತ್ತಿರವೂ ತರಲಾಗದಂತೆ ತಲೆಯನ್ನು ಆಡಿಸುತ್ತಾ, ಕೊಂಚ ಕೊಂಚವೇ ನಡೆದು ಮುಂದೆ ಹೋಗುತ್ತಿತ್ತು. ಮುರುಗು ಯಾವ ದಿಕ್ಕಿನಿಂದ ಕೈ ಹಾಕುವುದೆಂದು ಒದ್ದಾಡುತ್ತಿರಲು, ಸಣ್ಣೆತ್ತು ಅಸಡ್ಡೆಯಿಂದ ಅವನ ಕೈಯನ್ನು ನೂಕುತ್ತಿರಲು, ಈ ದೃಶ್ಯ ನೋಡುತ್ತಿದ್ದ ಜನರಿಗೆ ಮನರಂಜನೆ ನೀಡಿತು. ಶಿಳ್ಳೆ-ಚಪ್ಪಾಳೆಯಿಂದ ಕೊಂಡಾಡುತ್ತಿದ್ದರು.

"ಇನ್ನ ಮುಂದೆ ಬಾರ್ಲಾ... ಹಿಡಿ ನೋಡುಮಾ ಕೊಂಬನ್ನ! ಸಣ್ಣೆತ್ತನ್ನ ಬುಟ್ಟಿಡಿ ಅಂತ ದಬಾಯಿಸ್ದೆ. ಎಲ್ಲಿ ಹಿಡಿ ನೋಡುಮಾ..." ಎಂದು ಮುದುಕ ಕೂಗಿದ. "ಅದುನ್ನೇನ್ ಹಾಲ್ ಕೊಡೋ ಹಸ ಅನ್ಕಂಡ್ಯೇನ್ಲಾ? ಮುದ್ ಮಾಡಿ ಅಡುಗ್ಸೋದ್ಕೆ... ದಡ್ಡ! ಈಗೇನ್ ಮಾಡ್ತದೆ ನೋಡ್ತಾ ಇರು!"

ಸಣ್ಣೆತ್ತು ಗೂನಿನವರೆಗೂ ಹೊರ ಚಾಚಿತು. ಆದರೆ ಮುರುಗು ಇನ್ನೂ ಕೊಂಬನ್ನು ಹಿಡಿಯಲು ಶತ ಪ್ರಯತ್ನ ಮಾಡುತ್ತಿದ್ದ. ಅವನ ಮುಖ ನರಗಳು ಬಿಗಿಯಾಗಿ, ಅವನ [illegible]

"ಏನಣ್ಣೋ, ಗೂಳೀನ್ ಹಿಡೀತಿದ್ಯೋ ಅಥವಾ ನೊಣ ಓಡುಸ್ತಿದ್ಯೋ?" ಎಂಬ ಮರುದನ್ ಮಾತಿಗೆ, ಜನರೆಲ್ಲಾ 'ಓ...' ಎಂದು ನಕ್ಕರು.

ಮುರುಗನಿಗೆ ರೋಷ ನೆತ್ತಿಗೇರಿತು. ಗೂಳಿಯಂತೂ ಅವನ ಕೈಯನ್ನು ಒದರುತ್ತಲೇ ಇನ್ನಷ್ಟು ಹೊರ ಬಂತು. ಇದರ ನಂತರ

ಅದರ ಕೊಂಬನ್ನು ಹಿಡಿಯುವುದು ಸುಲಭದ ಮಾತಲ್ಲ. ಮುಂದಿನ ಕ್ಷಣ ಅದೇನು ಮಾಡುತ್ತದೆ ಎಂಬ ಅಂದಾಜು ಸಿಗುವುದಿಲ್ಲ. ತನ್ನ ಕೈಯಲ್ಲಿ ಇದು ಸಾಧ್ಯವಿಲ್ಲ ಎಂಬುದರ ಅರಿವಾದೊಡನೆ ಮುರುಗು "ಸರಿ ಕಣಪ್ಪಾ... ಆಗ್ನಿಂದ ಮಾತಾಡ್ತಿದೀಯಲ್ಲ. ನೀನ್ ಹಿಡಿ ನೋಡುಮಾ" ಎಂದು ಕೈ ಹಿಂತೆಗೆದು ಹಿಂದೆ ಒರಗಿಕೊಂಡನು. ಸಣ್ಣೆತ್ತು ಒಂದೇ ಜಿಗಿತಕ್ಕೆ ನಡು ಅಖಾಡ ಸೇರಿ, ಇನ್ನೊಂದು ಜಿಗಿತಕ್ಕೆ ಕೊನೆ ಮುಟ್ಟಿ ಜಿಂಕೆಯಂತೆ ಹಾರಿ ಬಿಡುತ್ತದೆ. ಕೊಂಬಿಗೋ, ಗೂನಿಗೋ ಕೈ ಹಾಕಿದರೆ ತಾನೂ ಅದರ ಜೊತೆಯೇ ಹಾರುತ್ತೇನೆಂದು ಮುರುಗನಿಗೆ ಗೊತ್ತಿತ್ತು. ಆ ಕಾರಣದಿಂದಲೇ ಹಿಂದೆ ಸರಿದು ಬಿಟ್ಟ. ಆದರೆ ಅವನು ಕೈ ಹಿಂತೆಗೆದ ಅದೇ ಕ್ಷಣ ಹದ್ದು ಹಾರಿದ ಹಾಗೆ ಎರಡು ಕೈಗಳು ವೇಗವಾಗಿ ನೆಗೆದು ಗೂಳಿಯ ಕೊಂಬಿನ ಮೇಲೆ ಬಿದ್ದವು. 'ಸಬಕ್' ಎಂಬ ಸದ್ದು ಮಾತ್ರವೇ ಕೇಳಿತು. ಕೊಂಬಿನ ಮೇಲೆ ಕೈ ಹಾಕಿದ್ದು ಮರುದನ್ ಎಂದು ಜನ ಖಾತರಿ ಪಡಿಸಿಕೊಳ್ಳುವ ಹೊತ್ತಿಗೆ ಕ್ಷಣಾರ್ಧದಲ್ಲಿ ಗಾಳಿಯಲ್ಲಿ ಹಾರಿ ಹಿಂದೆ ಬಿದ್ದನು ಮರುದನ್. ತನ್ನ ಕಡೆಗೆ ಗೂಳಿ ಬರುತ್ತಿದೆಯೇ ಎಂದು ತಲೆಯೆತ್ತಿ ನೋಡಿದನು. ಅದೇ ಕ್ಷಣ ಗೂಳಿಯ ಕೊರಳಿಗೆ ಅಂಟಿದಂತೆ ಪಿಚ್ಚೈ ಎರಡು ಕೊಂಬುಗಳನ್ನು ರಭಸವಾಗಿ ಹಿಡಿದು ಗೂಳಿಯ ಮುಖವನ್ನು ಕೆಳಗೆ ಅಮುಕಿದನು. ಮರುದನ್ ನಿಟ್ಟುಸಿರು ಬಿಟ್ಟನು. ಗೂಳಿ ಕೈಗಳನ್ನು ಒದರಲು, ತನ್ನ ದೇಹದ ಬಲವನ್ನೆಲ್ಲಾ ಬಿಟ್ಟು ಅಲುಗಾಡಿತು. ಆದರೆ ಕೆಳಗೆ ಅಮುಕಿದ ಆ ರಭಸಕ್ಕೆ, ಸಣ್ಣೆತ್ತು ತನ್ನ ವೇಗವನ್ನು ಕಳೆದುಕೊಂಡಿತು. ಕೆಲವೇ ಕ್ಷಣಗಳಲ್ಲಿ ದಣಿಯಿತು.

"ಮುರುಗಣ್ಣಾ, ಎಲ್ಲಿದ್ಯಣ್ಣೋ? ತಗಾ, ಕೊಂಬಿನ್ ಮಧ್ಯೆ ಇರೂ ಜರಿಗೇನಾ ಬಿಚ್ಕೋ ಬಾ" ಎಂದು ಎದುರುಗಡೆ ನಿಂತಿದ್ದ ಮುರುಗನನ್ನು ನೋಡಿ ಕೂಗಿದ ಪಿಚ್ಚೈ. ಮುರುಗು ಅಲುಗಾಡಲಿಲ್ಲ. ಅವನ ಮುಖ ನೆಲವನ್ನು ನೋಡಿತು. "ಯಾಕೆ, ಏನೂ ಮಾತಾಡ್ತಿಲ್ಲ? ಬ್ಯಾಡ್ವಾ? ಸರಿ ಬುಡು" ಎಂದು ಧಮ್ ಹಾಕಿ ಗೂಳಿಯ ಕೊಂಬುಗಳನ್ನು ಎದುರು ದಿಕ್ಕಿಗೆ ತಿರುಗಿಸಿ ಇನ್ನಷ್ಟು ಬಲವಾಗಿ ಒತ್ತಿ, ಹಿಂದೆ ಹಾರಿದನು ಪಿಚ್ಚೈ. ಬಿಡುಗಡೆಗೊಂಡ ಸಣ್ಣೆತ್ತು ತನ್ನ ಸ್ವಭಾವದಂತೆ ಎರಡೇ ಜಿಗಿತಕ್ಕೆ ಮಾಯವಾಯಿತು.

ಜನರ ಗುಂಪು ದಿಗ್ಭ್ರಮೆಯಲ್ಲಿ ನಿಂತಿತ್ತು. ತಾವು ನಿರೀಕ್ಷಿಸದ ಘಟನೆಯೊಂದು ನಡೆದು ಹೋದ ಅಚ್ಚರಿ ಎಲ್ಲರ ಮುಖದಲ್ಲೂ ಕಾಣುತ್ತಿತ್ತು.

"ಸಣ್ಣೆತ್ತನ್ನೇ ಅಡುಗಿಸ್ಬಿಟ್ನಲ್ಲೋ... ಯಾವನ್ಲಾ ಇವ್ನು!"

"ಮುರುಗು ಈಗ ಮಕ ಎಲ್ ಮಡಿಕತ್ಯಾ?!"

"ಇನ್ ಮ್ಯಾಕೆ ಜಲ್ಲಿಕಟ್ಟಿಗ್ ಬರ್ಬ್ಯಾಡ... ಗದ್ದೇ ಕ್ಯಾಮೆ ಮಾಡು, ನೀನ್ ಅದ್ಕೇ ಲಾಯಕ್ಕು!"

ಅವಮಾನ ಸಹಿಸಲಾಗದೆ, ಹಿಂದೆ ಹಿಂದೆ ಹೆಜ್ಜೆ ಹಾಕುತ್ತಾ, ಕೊನೆ ಸಾಲಿಗೆ ಹೋಗಿ, ತಲೆ ತಗ್ಗಿಸಿ ನಿಂತನು ಮುರುಗು.

"ಈಗ ಜಮೀನ್ದಾರ್ ಮನೇಗ್ ಉಣ್ಣಕ್ ಯಾವ್ ಮಕ ಮಡಿಕ್ಕಂಡ್ ಓಯ್ತ್ಯೀ ಮುರುಗು?" ಮುದುಕ ಉತ್ಸಾಹದಲ್ಲಿ ಗಂಟಲು ಹರಿಯುವ ಹಾಗೆ ಕೂಗಿದನು. ಪಿಚ್ಚೆಯ ಕಡೆ ತಿರುಗಿ, "ಏನ್ಲಾ ತಮ್ಮಾ, ಹಿಂಗ್ ಮಾಡಾಕ್ಬುಟ್ಟೆ? ಗೂಳೀನ್ ಹಿಡ್ದಿದ್ ಕೈಯಾರೆ ರುಮಾಲೂನು ಕಳ್ಚಕಿಲ್ವಾ ನೀನು? ಅವ್ನನ್ನ ಕರ್ದು ತಕಾ ಅಂದ್ಯಲ್ಲ? ಈಗ ಗೂಳೀನ ನೀನ್ ಅಡಗಿಸ್ದಂಗ್ ಲೆಕ್ಕಕ್ ಬರಕಿಲ್ಲ ಕಣಯ್ಯಾ"

"ಅಜ್ಜಯ್ಯಾ, ಅದು ನನ್ ಗೂಳಿ ಅಲ್ವಲ್ಲ. ಅವ್ರ ಹಿಡೀಬೇಕಿತ್ತು" ಮಂದಹಾಸದೊಂದಿಗೆ ಉತ್ತರಿಸಿದನು ಪಿಚ್ಚೆ. "ಇನ್ನೊಬ್ಬ ರುಚಿ ನೋಡಿದ್ನ ಮೂಡಣದವ್ನ ಮುಟ್ಟಕ್ಕಿಲ್ಲ ಅಜ್ಜಯ್ಯಾ"

"ಓ ಮುರುಗು! ಒಂದ್ ಕಿತಾ ನಿನ್ ಮಕ ತೋರುಸ್ಲಾ ನೋಡ್ಬೇಕು ಅಂತ ಆಸೆ ಆಯ್ತೈತೆ!" ಮುದುಕ ನಗುತ್ತಾ ಎಗರಿ ಕೂಗಿ ಹೇಳಿದನು. "ಮದ್ಲು ನಾಲ್ಗೇನ್ ಅಡಗುಸ್ಲಾ ಮುರುಗು, ಆಮ್ಯಾಕೆ ಗೂಳೀನ್ ಅಡುಗುಸ್ವಂತೆ. ಜಮೀನ್ದಾರ್ರು ಹೆಸ್ರುನ್ನ ಕೆಡ್ಸಕ್ಕಂತಾನೇ ಬಂದಿದ್ಯಾ ಕಲಾ ನೀನು. ಹೋದ್ರೆ ಓಯ್ತು ಬುಡು... ಕೊರಾಲು ಬತ್ತದಲ್ಲ, ಅದ್ನಾದ್ರೂ ನೀನ್ ಹಿಡೀತ್ಯಾ? ಇಲ್ಲಾಂದ್ರೆ ಕೊಟ್ಗೇಲ್ ಬ್ಯಾರೆ ಹಸಗಳ್ ನಿಂತವೆ... ಚಿಂತೆ ಮಾಡ್ಬ್ಯಾಡ... ಯಾವ್ದಾನ ಒಂದ್ನ ಹಿಡೀವಂತೆ ಬುಡು..." ಉರಿಯುವ ಬೆಂಕಿಗೆ ತುಪ್ಪ ಸುರಿದಂತಿತ್ತು ಮುದುಕನ ಮಾತುಗಳು. ಮುರುಗು ಇನ್ನಷ್ಟು ಹಿಂದೆ ಹೋದನು.

ಮುಂದಿನ ಗೂಳಿಯ ಹೆಸರನ್ನು ಕೂಗಲಾಯಿತು. ಅದು ಜಿಗಿದು ಹೊರ ಬಂತು. ಬೇರೆಯವರಿಗೆ ಜಾಗ ಮಾಡಿಕೊಟ್ಟು ಪಿಚ್ಚೆ ಹಿಂದೆ ಬಂದನು. ತಿಟ್ಟಿವಾಸಲ್ ಕಡೆಯಿಂದ ಹಾರಿ ಬಂದ ದೊಡ್ಡ ಶಾಲೊಂದು ಅವನ ಮೇಲೆ ಬಿತ್ತು; ಬಹುಮಾನವಾಗಿ!

ಅದನ್ನು ಮುದುಕನಿಗೆ ನೀಡಿ ಪಿಚ್ಚೆ ಗೂಳಿಯ ಕಡೆ ನೋಡುತ್ತಿದ್ದನು. ಮುದುಕ ಹೆಮ್ಮೆಯಿಂದ ಹಿಗ್ಗಿದನು. "ಕಿರಾತಕ ಕಲಾ ನೀನು" ಎಂದು ತನ್ನೊಳಗೆ ಹೇಳಿಕೊಂಡನು. ವೇದಿಕೆಯಿಂದ ಯಾರೋ ಪಿಚ್ಚೆಯನ್ನು ಕೂಗಿದರು. "ಜಮೀನ್ದಾರಯ್ಯ ಕೂಗ್ತಾವ್ರೆ! ಹೋಗು" ಪಕ್ಕದ ಧ್ವನಿಗಳು ಪಿಚ್ಚೆಗೆ ಹೇಳಿದವು. ಕೈಗಳೆರಡನ್ನು ಎದೆಗೊತ್ತಿಕೊಂಡು ವಿನಯವಾಗಿ ತಿಟ್ಟಿವಾಸಲ್ ಎದುರು ನಿಂತು ವೇದಿಕೆ ಮೇಲಿದ್ದ ಜಮೀನ್ದಾರರನ್ನು ತಲೆಯೆತ್ತಿ ನೋಡಿದನು ಪಿಚ್ಚೆ. ಕೈಗಳನ್ನು ತಲೆಯ ಮೇಲೆ ಮುಗಿಯುವ ಹಾಗೆ ಜೋಡಿಸಿ, "ನಮಸ್ಕಾರ ದಣಿಗಳೇ" ಎಂದನು.

ಜಮೀನ್ದಾರ್ರು ಐದು ರೂಪಾಯಿ ನೋಟನ್ನು ಅವನ ಕೈಗೆ ಸಿಗುವ ಹಾಗೆ ಎಸೆದರು. ಎಟುಕಿ ಹಿಡಿದ ಪಿಚ್ಚೆ ಅರಳಿದ ಮುಖದೊಂದಿಗೆ ಬಾಗಿ ನಮಸ್ಕರಿಸಿದನು.

"ಸರಿ ಹೋಗು, ಸೆಂದಾಗ್ ಆಡು" ಎಂದು ರಾಜಾಜ್ಞೆ ಹೊರಡಿಸಿದಂತೆ ಹೇಳಿದರು ಜಮೀನ್ದಾರ್ರು. "ಉಸಿಲನೂರಂತೆ ನಿಂದು... ವಳ್ಳೇದ್ ವಳ್ಳೇದು" ಅವನ ಕುರಿತ ವಿವರವು ಈಗಾಗಲೇ ಅವರಿಗೂ ತಿಳಿದಿತ್ತು. ಆ ಒಂದು ಗೂಳಿಯನ್ನು ಆತ ಹಿಡಿದ ಧಾಟಿಯಲ್ಲೇ ಆತ ಎಂತಹ ಕಸುಬುಗಾರನೆಂಬುದು ಜಮೀನ್ದಾರರಿಗೆ ಅಂದಾಜಾಗಿತ್ತು. ಅವರ ಮುಖದಲ್ಲಿ ಮೂಡಿದ ತೃಪ್ತಿ ಭಾವವನ್ನು ಪಿಚ್ಚೆ ಗಮನಿಸಿದ. ನೋಟಿಗಿಂತ ಆ ಹೊಗಳಿಕೆ ಅವನಿಗೆ ಹೆಚ್ಚು ಮೌಲ್ಯವೆನಿಸಿತು.

"ಅಪ್ಪಣೆ, ಧಣಿಗಳೆ" ಎಂದು ಮತ್ತೊಮ್ಮೆ ಬಾಗಿ ನಮಸ್ಕರಿಸಿ, ಬೆನ್ನು ತೋರದೆ ಹಿಂದೆಜ್ಜೆ ಹಾಕುತ್ತಾ ನಡೆದು ಬಂದನು. ಆ ನೋಟನ್ನು ಮುದುಕನಿಗೆ ನೀಡಿ ಸಂಭ್ರಮಿಸಿದನು. "ಯಪ್ಪಾ ಯಪ್ಪಾ ಸಾಮಾನ್ಯದೋನಲ್ಲ ಕಲಾ ನೀನು" ಎಂದು ಬಾಯ್ತುಂಬಾ ನಗುತ್ತಾ ಹೇಳಿ, ಮುದುಕ ನೋಟನ್ನು ತನ್ನ ಚೀಲದೊಳಗೆ ಸಿಕ್ಕಿಸಿಕೊಂಡನು. "ಪಿಚ್ಚೆ, ಜಮೀನ್ದಾರ್ರು ಕಣ್ಣು

ನಿನ್ ಮ್ಯಾಕ್ ಬಿದ್ದೈತೆ. ಅದ್ರುಸ್ಟ ಮಾಡ್ದೋನ್ ಕಲಾ ನೀನು!" ಎಂದನು.

ಸಣ್ಣೆತ್ತನ್ನು ಅಡಗಿಸಿದ ಅಮಲು ಪಿಚ್ಚೆಗಿನ್ನೂ ಇಳಿದಿರಲಿಲ್ಲ. ಅದರ ಜೊತೆಗೆ ಹಿರಿಯರ ಹೊಗಳಿಕೆಯು ಬೆರೆತಾಗಿತ್ತು. ಸುತ್ತಲಿನ ಜನ ಆತನೆಡೆಗೆ ಬೀರುತ್ತಿದ್ದ ಗೌರವದ ನೋಟ ಅವನಲ್ಲಿ ಇನ್ನಷ್ಟು ಉತ್ಸಾಹ ತುಂಬಿತು. ಒಮ್ಮೆ ರಕ್ತದ ರುಚಿ ನೋಡಿದ ಕೊಂಬುಗಳು, ತಿವಿಯಲು ಕಾತುರದಿಂದ ಕಾಯುವ ಹಾಗೆ, ಇವನ ಕೈಗಳು ಕೊಂಬುಗಳಿಗಾಗಿ ಬಯಸುತ್ತಿದ್ದವು. ಮೂಗುದಾರ ಕಳಚಿಕೊಂಡು ಅಖಾಡಕ್ಕೆ ಬರುತ್ತಿದ್ದ ಗೂಳಿಗಳನ್ನು ಒಂದಾದ ಮೇಲೆ ಒಂದನ್ನು ಬೇರೆಯವರಿಗೆ ಬಿಟ್ಟುಕೊಟ್ಟು, ಬೇಟೆಗೆ ಕಾಯುತ್ತಿರುವ ಹಸಿದ ಮೃಗದಂತೆ ಮುಂದಿನ ಗೂಳಿಗಾಗಿ ಕಾಯುತ್ತಿದ್ದನು. ಒಳ ಬಾಗಿಲ ಬಳಿಯೇ ಅವನ ಕಣ್ಣುಗಳು ಅಲೆದಾಡುತ್ತಿದ್ದವು.

ವೆಳ್ಳೈ, ಕಾರಿ, ಕರುಂಬೈ, ಸೆವೆಲೈ – ಬಿಳಿ, ಕಪ್ಪು, ಕಂದು, ಕೆಂಚು – ಹೀಗೆ ಹಲವು ಬಣ್ಣದ ಎತ್ತುಗಳಲ್ಲಿ, ಎಳೆ ವಯಸ್ಸಿನ ಎತ್ತುಗಳಿಂದ ಹಿಡಿದು ಜಲ್ಲಿಕಟ್ಟುಗಳಲ್ಲಿ ಭಾಗವಹಿಸಿ ಹೆಸರುವಾಸಿಯಾಗಿದ್ದ ಮುದಿ ಎತ್ತುಗಳು ಸಹ ಸೇರಿದ್ದವು. ಮನ ಬಂದಂತೆ ನುಗ್ಗುವ ಗೂಳಿಗಳನ್ನು ಅಡಗಿಸಲು ಕಸುಬು ಗೊತ್ತಿಲ್ಲದ ಆಟಗಾರರು ಪಡುವ ಅವಸ್ಥೆಯನ್ನು ನೋಡಲು ಜನರಿಗೆ ಖುಷಿಯೋ ಖುಷಿ. ಚೇಳಿನಿಂದ ಕಚ್ಚಿಸಿಕೊಂಡ ಹಾಗೆ ರೊಚ್ಚಿಗೆದ್ದ ಗೂಳಿ ಜನರ ಗುಂಪಿನೊಳಗೆ ನುಗ್ಗಿ, ಎಲ್ಲರೂ ಚೆಲ್ಲಾಪಿಲ್ಲಿಯಾಗಿ ಓಡುವುದನ್ನೂ, ಕೆಲವರು ಕೆಳಗೆ ಬಿದ್ದು ಕಾಲ್ತುಳಿತಕ್ಕೆ ಒಳಗಾಗುವ ದೃಶ್ಯವನ್ನು ಕಣ್ಣಾರೆ ನೋಡಬೇಕು.

ಹೆಸರುವಾಸಿಯಾದ ಗೂಳಿಗಳು ಅಖಾಡಕ್ಕೆ ಬರುವಾಗ ಎಲ್ಲರ ಕಣ್ಣುಗಳು ಮೂಡಣದ ಯುವಕರ ಕಡೆ ತಿರುಗುತ್ತಿದ್ದವು. ಆದರೆ ಆ ಯುವಕರು ಎಲ್ಲಾ ಗೂಳಿಗಳ ಮೇಲೂ ಬಿದ್ದು ಹಠ ಸಾಧಿಸುವ ದಡ್ಡರಲ್ಲವೆಂಬುದನ್ನು ಬೇಗನೆ ಅರಿತುಕೊಂಡರು. "ಯಾವ್ದೋ ಪ್ರತ್ಯೇಕವಾದ್ ಗೂಳಿಗೆ ಕಾಯ್ತಾವ್ರೆ, ಅವ್ರಿಬ್ರೂವೇ" ಎಂದು ತಮ್ಮ ತಮ್ಮೊಳಗೆ ಮಾತಾಡಿಕೊಂಡರು.

"ಪಳಯೂರ್ ಗೂಳಿ!" "ಕೊರಾಲು ಬತ್ತೈತೆ!" ಎಂಬ ಕೂಗು ಎಲ್ಲೆಡೆ ಕೇಳಿತು. ಪಿಚ್ಚೆ ಜಾಗೃತನಾಗಿ, ಮೊಣಕೈಯಿಂದ

ಮರುದನ್ ಅನ್ನೂ ಎಚ್ಚರಿಸಿದನು.

"ಪಿಚ್ಚಿ! ಈ ಕೊರಾಲು ಪಿಶಾಚಿ ಕಣಯ್ಯಾ! ಸಣ್ಣೆತ್ತಂಗ್ ಸುಲಭಕ್ ಸಿಗಕಿಲ್ಲ" ಮುದುಕನು ಅವನ ಕಿವಿಯಲ್ಲಿ ಗಡಿಬಿಡಿಯಲ್ಲಿ ಹೇಳಿದನು. "ಕೊಂಬು ನ್ವಾಡು, ಈಟೇ ಈಟ್ಯೆತೆ, ಕೈಗೇ ಸಿಗಕಿಲ್ಲ. ಕಳ್ಮುಂಡೇಗ್ ಹುಟ್ಟಿದ್ದು! ಕಿರುಬಾಗ್ಲಿಂದ ತಲೇನೂ ಆಚೆ ಕಡಿಕ್ ಹಾಕಕಿಲ್ಲ. ಕೊಂಬಿಗ್ ಕೈ ಹಾಕ್ವಾಗ ಸರ್ಕಂಡು ಕಂಕ್ಳಿಗೆ ಗುಮ್ಮುತ್ತ ಅಂದ್ರೆ, ಕೈ ಕಳಚ್ಕಂಡ್ ಬಿದ್ಬುಡ್ತದೆ ಕಲಾ! ಮೂಳೆಗಳೆಲ್ಲಾ ಪುಡ್ ಪುಡಿ ಆಬುಡ್ಬೇಕು, ಹಂಗ್ ಗುಮ್ಮುತ್ತೆ. ಹಿಂದ್ಗಡೇಗ್ ಹೋಗಿ ಬಾಲ ಹಿಡ್ಯುಮಾ ಅನ್ಕಂಡ್ರೆ ವದ್ಯೋ ಏಟಿಗ್ ಗಂಡುಸ್ತನ ಅಲುಗಾಡ್ಬುಡುತ್ತೆ. ವಂದೇ ಜಿಗಿತುಕ್ಕೆ ವಾಡಿವಾಸ್ಲು ದಾಟಿ ಬಂದ್ ನಿಲ್ತದೆ ಗೊತ್ತಾ ಅದು! ಆ ವಂದ್ ಮಿನಿಟ್ನಾಗೇ ಅಡಗುಸುದ್ರೇನೆ ಸರಿ... ಇಲ್ಲಾಂದ್ರೆ ಆಗಕಿಲ್ಲ. ಸರ್ಯಾಗಿ ಬೆಳ್ಸವ್ರೆ ಅದ್ನ. ಆ ಮುರುಗು ಎಡಗೈನಾಗೆ ದೊಡ್ಡೊಂದು ಗಾಯ ಕಾಣ್ತೈತಲ್ಲ... ಮೂರ್ನೆ ವರ್ಸದ್ ಜಲ್ಲೀಲಿ ಕೊರಾಲು ಮಡ್ಗಿದ್ ಮಚ್ಚೆ ಅದು" ಮುದುಕ ಕೊರಾಲಿನ ಬಗ್ಗೆ ತನಗೆ ತಿಳಿದಿದ್ದ ಸೂಕ್ಷ್ಮಗಳನ್ನೆಲ್ಲಾ ಅವಸರ ಅವಸರವಾಗಿ ಹೇಳಿದನು.

ವಾಡಿಯ ಎರಡು ಕಡೆಯ ಅಡ್ಡಗೋಲುಗಳೂ ಖಾಲಿಯಾಗಿದ್ದವು. ಸಣ್ಣೆತ್ತು ಬರುವಾಗ ಇದ್ದಷ್ಟೂ ಜನರು ಈಗ ಇರಲಿಲ್ಲ. ಕೊರಾಲಿಗೆ ಭಯಪಟ್ಟು ಹಿಂದೆ ಸರಿದಿದ್ದರು. ಜಾಗ ವಿಶಾಲವಾಗಿತ್ತು. ಕಸುಬುದಾರರೆಂದು ಮೆರೆದವರೆಲ್ಲಾ ವೇದಿಕೆಯ ಕಾಲುಗಳನ್ನು ಹಿಡಿದುಕೊಂಡು ಗಾಬರಿಯಲ್ಲಿ ನಿಂತಿದ್ದರು.

ಮುದುಕ ಹೇಳಿ ಮುಗಿಸಲು, "ಮರುದಾ!" ಎಂದು ಕೂಗಿದನು ಪಿಚ್ಚಿ. ಮರುದನ್ ಎಗರಿ, ಅಡ್ಡವಾಗಿ ಓಡಿ, ಎಡಗಡೆಯ ಅಡ್ಡಗೋಲನ್ನು ಹಿಡಿದು ಕೊಂಚ ಮೇಲತ್ತಿ ಬರುತ್ತಿರುವ ಕೊರಾಲನ್ನು ತೀಕ್ಷ್ಣವಾಗಿ ಗಮನಿಸಿದನು.

ಮುದುಕ ನೀಡಿದ ವಿವರಗಳು ಪಿಚ್ಚಿಗೆ ಉಪಯೋಗಕರವಾಗಿದ್ದವು. ಆತ ಆ ಜಲ್ಲಿಕಟ್ಟಿಗೆ ಹೊಸಬ. ನೂರಾರು ಗೂಳಿಗಳ ವಿವರಗಳನ್ನು ಕಲೆ ಹಾಕಿಕೊಂಡು ಅಖಾಡಕ್ಕೆ ಇಳಿಯುವುದು ಅಸಾಧ್ಯ. ಆ ಕ್ಷಣದಲ್ಲಿ ಗೂಳಿಯ ನಡತೆಯನ್ನು ಅಂದಾಜಿಸಿ ಅದಕ್ಕೆ ತಕ್ಕಂತೆ ಪ್ರತಿಕ್ರಿಯಿಸುವುದೇ ಬುದ್ಧಿವಂತಿಕೆ. ಆದರದು ಸುಲಭವಲ್ಲ. ಬಾಗಿಲು ತೆಗೆದ ಕೂಡಲೇ ಗೂಳಿಯ

ವರ್ತನೆ, ಕೈಗಳು ಸಮೀಪಿಸಿದಾಗ ಅವುಗಳು ಹೂಡುವ ತಂತ್ರ, ಅವುಗಳ ನೋಟ, ಕೊಂಬಿನ ಚಲನೆ, ತಿರುಗುವ ವೇಗ, ಇವುಗಳೆಲ್ಲವನ್ನೂ ಗಮನಿಸಿದ ನಂತರವೇ ಗೂಳಿಯನ್ನು ಸಮೀಪಿಸಬೇಕು. ಕೊರಾಲನ್ನು ನಿಗ್ರಹಿಸಲು ಯಾವ ನೆಲೆಯನ್ನು ಕೈಗೆತ್ತಿಕೊಳ್ಳಬೇಕೆಂಬ ಪ್ರಶ್ನೋತ್ತರ ಲೆಕ್ಕಾಚಾರವನ್ನು ಪಿಚ್ಚಿ ಮನಸಿನಲ್ಲಿ ಯೋಚಿಸುತ್ತಿದ್ದ. ಬಲಗಡೆಯ ಅಡ್ಡಗೋಲಿನ ಮೇಲೆ ಕೈ ಇಟ್ಟು, ಮೂಗುದಾರ ಕಳಚುತ್ತಿದ್ದ ಗೂಳಿಯನ್ನು ನೋಡುತ್ತಿದ್ದನು.

ಗೂಳಿಯನ್ನು ಹಿಡಿದು ಬಂದವನು, ಮೂಗುದಾರವನ್ನು ಪೂರ್ತಿ ಕಳಚಿದ ಕೂಡಲೇ 'ಡುರ್ರೀ' ಎಂದು ಕೂಗುತ್ತಲೇ ಹೊರಗೆ ಓಡಿ ಹೋದನು. ಸುಮಾರು ದೂರ ಓಡಿದ ನಂತರ, ಮುಂದೇನಾಗುತ್ತದೆ ಎಂಬುದನ್ನು ನೋಡುವ ಕುತೂಹಲದಿಂದ ಜನರ ಮಧ್ಯೆ ನಿಂತುಕೊಂಡನು.

ಆ ಇಕ್ಕಟ್ಟಾದ ಜಾಗದಲ್ಲಿ ನಿಂತಿದ್ದ ಗೂಳಿ, ಅತ್ತ ಇತ್ತ ಕಣ್ಣಾಡಿಸುತ್ತಿತ್ತು. ಅದರ ಮುಂದಿನ ನಡೆ ಏನೆಂಬುದನ್ನು ಅಂದಾಜಿಸಲು ಕಷ್ಟವಾಗುತ್ತಿತ್ತು. ಕೊರಾಲಿನ ಕಣ್ಣುಗಳಲ್ಲಿ ಕಪಟತನ ಕಾಣುತ್ತಿತ್ತು. ಅದರ ಕೊಂಬುಗಳು ತಿಟ್ಟಿವಾಸಲ್ ಒಳಗೆ ಒಂದು ಮೊಳಕ್ಕಿಂತ ಹೆಚ್ಚು ದೂರದಲ್ಲಿದ್ದವು. ಮರುದನ್ ಎಟುಕಿ ಹಿಡಿಯಲು ಯತ್ನಿಸಿದ. ಆದರೆ ಅದರ ಕೊಂಬುಗಳು ಅವನ ಬೆರಳಿಗೂ ತಾಕಲಿಲ್ಲ. ತಲೆಯೆತ್ತಿ ಏದುಸಿರು ಬಿಡುತ್ತಾ, ಕೊಂಬುಗಳನ್ನು ಆ ಕಡೆ ಈ ಕಡೆ ಅಲುಗಾಡಿಸುತ್ತಾ ನಿಂತಿತ್ತು.

"ಸೆಂದಾಕ್ ಆಟಾಡುಸ್ತದೆ ಕತ್ತೆ!"

"ಕತ್ತೆ ಅಲ್ಲಣ್ಣೋ... ನರಿ ಬುದ್ಧಿ ಅದುಕ್ಕೆ!"

"ಸರ್ಯಾದ್ ಮೊಂಡು"

ಬೇರೆ ಗೂಳಿಗಳಿಗಿಂತ ಇದು ಅಧಿಕ ಸಮಯ ಒಳಗೇ ಇದ್ದುದರಿಂದ ಜನರಿಗೆ ಕೊಂಚ ತಾಳ್ಮೆಗೆಟ್ಟಿತು.

"ಇದುಕ್ಕೇನ್ ಆಚೆ ಬರೋ ಮನ್ಸೇ ಇಲ್ವಾ ಹೆಂಗೆ?"

"ಇರ್ಲಾ... ಆತ್ರುಕ್ ಹುಟ್ದೋನ್ ನೀನು"

ಕೊಟ್ಟಿಗೆಯ ಬಳಿ ನಿಂತಿದ್ದವರು ಗೂಳಿಯ ಹಿಂದಿನಿಂದ ಬಂದು ಕೋಲಿನಲ್ಲಿ ಅದರ ಬಾಲದಡಿ ಎರಡು ತಟ್ಟಿದರು. ಆ ಏಟಿಗೂ ಅದು ಜರುಗಲಿಲ್ಲ. ಅದರ ಸ್ವಭಾವದಲ್ಲೇ ಆಲಸ್ಯ

ತುಂಬಿ ಹೋಗಿತ್ತು. ಬಾಗಿಲ ಹೊರಗೆ ಅದನ್ನು ಹಿಡಿಯಲು ಕಾಯುತ್ತಿದ್ದ ಕೈಗಳ ನೆರಳನ್ನು ನೋಡುತ್ತಾ ಕೊರಾಲು, ಬಾಲವನ್ನು ಮುದುಡಿಕೊಂಡು ಸುಮ್ಮನೆ ನಿಂತಿತ್ತು.

ಮುದುಕ ಹೇಳಿದ ಮಾತುಗಳು ನಿಜಕ್ಕೂ ವಿವೇಕವುಳ್ಳದ್ದು ಎಂದು ಪಿಚ್ಚಿ ಅರಿತುಕೊಂಡನು. ವಾಡಿವಾಸಲ್‌ನಲ್ಲಿ ನಿಂತು ಅದರ ಕೊಂಬನ್ನು ಹಿಡಿಯಲು ಸಾಧ್ಯವಿಲ್ಲ; ಗೂನಿನ ಮೇಲೆ ಕೈ ಹಾಕಲೂ ಸಾಧ್ಯವಿಲ್ಲ. ಹಿಂದೆಯಿಂದ ಚುಚ್ಚುತ್ತಿದ್ದವರ ಉಪದ್ರ ಸಹಿಸಲಾಗದೆ ಗೂಳಿ ಯಾವುದೋ ತೀರ್ಮಾನಕ್ಕೆ ಬಂದಿದೆಯೆಂಬುದನ್ನು ಪಿಚ್ಚಿ ಊಹಿಸಿದನು. “ಮರುದಾ, ಕೈನಾ ಹಂಗೇ ಬೀಸ್ತಾ ಇರು” ಎಂದು ಚಕ್ಕನೆ ಅಡ್ಡಗೋಲಿನಿಂದ ಅಟ್ಟಕ್ಕೆ ಎಗರಿ, ವಾಡಿವಾಸಲ್‌ನಿಂದ ದೂರ ಸರಿದು, ನಡು ಅಖಾಡದ ಪಕ್ಕ ಜನರ ಗುಂಪಲ್ಲಿ ಒಬ್ಬನಾಗಿ ಹೋಗಿ ನಿಂತ.

ಅದೇ ಸಮಯ, ಕೊರಾಲು ಇದ್ದಕ್ಕಿದ್ದಂತೆ ರೊಚ್ಚಿಗೆದ್ದು ಜಿಗಿಯಿತು. ಮರುದನ್ ಕೈಗಿಂತ ಸುಮಾರು ನಾಲ್ಕು ಅಡಿ ಎತ್ತರ ಹಾರಿ, ನಡು ಅಖಾಡಕ್ಕೆ ನಾಲ್ಕೂ ಕಾಲುಗಳನ್ನು ದೊಪ್ಪೆಂದು ಇಳಿಸಿತು. ಅದು ಇಳಿದ ರಭಸಕ್ಕೆ ಧೂಳೆದ್ದು, ಎರಡು ಪದರದ ಮಣ್ಣಿನ ಪರದೆ ಸುತ್ತಲೂ ಸೃಷ್ಟಿಯಾಯಿತು. ಕೊರಾಲಿನ ತೂಕದ ಮೈ ನೆಲಕ್ಕೆ ವೇಗವಾಗಿ ಅಪ್ಪಳಿಸಿದ ಕಾರಣ, ಅದರ ಕಾಲುಗಳು ಭಾರ ಹೊತ್ತು ತುಸು ಮಡಚಿದ್ದವು. ಆ ಒಂದು ಕ್ಷಣಕ್ಕಾಗಿಯೇ ಪಿಚ್ಚಿ ಕಾಯುತ್ತಿದ್ದದ್ದು. ಆ ಕ್ಷಣ ಕೈ ತಪ್ಪಿದರೆ, ಗೂಳಿ ಸುಧಾರಿಸಿಕೊಂಡು ಮೇಲೆದ್ದು ಬಿಡುತ್ತದೆ. ನಂತರ ಅದನ್ನು ಅಡಗಿಸಲು ಎಂಥವನಿಂದಲೂ ಸಾಧ್ಯವಿಲ್ಲ.

ಗೂಳಿಯ ಮಡಚಿದ ಕಾಲುಗಳು ಪಿಚ್ಚಿ ನಿಂತಿದ್ದ ಜಾಗಕ್ಕೆ ನೇರವಾಗಿದ್ದವು. ಇನ್ನೇನು ಗೂಳಿಯ ಮೇಲೆ ಹಾರುವವನ ಹಾಗೆ ಕಾಲೆತ್ತಿಟ್ಟವನು, ದಿಢೀರನೇ ಸಾಷ್ಟಾಂಗವಾಗಿ ಕೆಳಗೆ ಮಲಗಿ ಬಿಟ್ಟನು. ಅವನ ಬಲಗೈ ಗೂಳಿಯ ಬಲಗಾಲನ್ನು ಬಿಗಿಯಾಗಿ ಹಿಡಿಯಲು ಸಮೀಪಿಸಿತು. ಕೈಯನ್ನು ವೇಗವಾಗಿ ಬೀಸಿ, ಕಣಕಾಲಿನ ಮೇಲೆ ಒತ್ತಿ ಹಿಡಿದು ಮತ್ತೊಂದು ಕೈಯನ್ನು ನೆಲಕ್ಕೆ ಊರಿ, ಪುಟಿದೆದ್ದು ಗೂಳಿಯ ಕಾಲನ್ನು ಎಳೆದನು. ತನ್ನ ಕಾಲು ಎಳೆಯಲ್ಪಡುವುದನ್ನು ಅರಿತ ಗೂಳಿಯು ರಪ್ಪೆಂದು ಒದೆಯಲೂ ಸಹ ಸಮಯವಿರಲಿಲ್ಲ.

ಕಣ್ಣ ರೆಪ್ಪೆ ಬಡಿಯುವ ಹೊತ್ತಿನಲ್ಲಿ ಇದಿಷ್ಟೂ ನಡೆಯಿತು. ಮೂರು ಕಾಲುಗಳಲ್ಲಿ ತಿರುಗಿ, ಕಾಲು ಎಳೆದವನನ್ನು ಗುಮ್ಮಲು ಯತ್ನಿಸಿದ ಗೂಳಿ, ತಿರುಗಿದ ವೇಗಕ್ಕೆ ನಿಯಂತ್ರಣ ತಪ್ಪಿತು. ಮುಂದೆರಡು ಕಾಲುಗಳು ಕೊಕ್ಕಿಯಂತೆ ಮಡಚಿಕೊಂಡವು. ದೇಹದ ಭಾರವನ್ನು ಕೇವಲ ಎರಡು ಕಾಲುಗಳಲ್ಲಿ ನಿಭಾಯಿಸಲಾಗದೆ ಗೂಳಿಯು ತನ್ನ ಎಡಗಡೆಗೆ ವಾಲಿತು. ಗೂಳಿಯ ಕಾಲನ್ನು ಒದರಿದ ಪಿಚ್ಚಿ, ಕೊಂಬಿನೆಡೆಗೆ ಹಾರಿದನು. ಕೊಂಬುಗಳೆರಡನ್ನೂ ಬಿಗಿಯಾಗಿ ಹಿಡಿದು, ಕೊರಾಲು ಅಲುಗಾಡದ ಹಾಗೆ ನಿಯಂತ್ರಣಕ್ಕೆ ತೆಗೆದುಕೊಂಡ. ನಂತರ ಚಕ್ಕನೆ ಬಲಗೈಯಿಂದ ಗೂಳಿಯ ಕೊರಳಿಗೆ ಕಟ್ಟಿದ್ದ ರುಮಾಲನ್ನು ಕಳಚಿದನು. ದರದರವೆಂದು ಬಿಚ್ಚಿಕೊಂಡ ರುಮಾಲನ್ನು ಕೈಗೆ ಸುತ್ತಿಕೊಳ್ಳುತ್ತಾ, ಗೂಳಿ ಎದ್ದೇಳುವ ಮುನ್ನವೇ ಎಚ್ಚರಿಕೆಯಿಂದ ಹಿಂದೆ ಹಾರಿದನು.

ಬಿಡುಗಡೆಗೊಂಡ ಕೂಡಲೇ ಒದರಿಕೊಂಡು ಎದ್ದ ಗೂಳಿ, ಕುರುಡಾಗಿ ಒಂದು ಸುತ್ತು ಸುತ್ತಿತು. ದಿಕ್ಕುದೆಸೆ ಅರಿವಿಲ್ಲದ ಹಾಗೆ ಎತ್ತ ಓಡುವುದೆಂದು ಗೊಂದಲಗೊಂಡು ಜನರ ಗುಂಪಿನೊಳಗೆ ನುಗ್ಗಿ ಬಿಟ್ಟಿತು. ಆಳುಗಳನ್ನು ತಳ್ಳಿ, ಅಡ್ಡ ಬಂದವರನ್ನು ಎತ್ತಿ ಬಿಸಾಕಿ, ಚಿಕ್ಕ ಕೊಂಬುಗಳಿಂದ ನೂಕಿ, ಕೆಳಗೆ ಬಿದ್ದವರನ್ನು ತುಳಿದು, ಬಲಹೀನವಾಗಿದ್ದ ಬೇಲಿಯೊಂದನ್ನು ಗುಮ್ಮಿತು. ಬೇಲಿ ಕಿತ್ತು ಬಿದ್ದೊಡನೆ ದಾರಿ ಯಾವುದೆಂದೂ ಸಹ ನೋಡದೆ, ಒಂದೇ ಸಮ ಓಟ ಕಿತ್ತಿತು. ದನಗಾಹಿ ಮತ್ತು ಅವನ ಸಂಗಡಿಗರೆಲ್ಲರೂ ಅದನ್ನು ಹಿಡಿಯಲು ಹಿಂದೆಯೇ ಓಡಬೇಕಾಯಿತು.

ಸಿಡಿಲ ಅಬ್ಬರದಂತೆ ಜನರ ಗುಂಪು ಉತ್ಸಾಹದಿಂದ ಚಪ್ಪಾಳೆ ತಟ್ಟಿತು.

"ಕೊರಾಲು ಸಗ್ಣಿ ಹಾಕ್ಕಂಡ್ ಓಡೋಬುಡ್ತು ಕಣ್ರಪ್ಪೋ!"

"ಅದ್ರು ಬೀಜ ಒಡ್ದು, ಗಾಣಕ್ಕೆ ಕಟ್ರೋಲೇಯ್..."

"ಅದು ಆ ಕೆಲ್ಸುಕ್ಕೂ ಇನ್ ಮ್ಯಾಕೆ ಲಾಯಕ್ಕಿಲ್ಲ ಬುಡು"

"ಮೂಡಣದವ್ನು ಎಲ್ಲ್ ಹೆಸ್ರುವಾಸಿ ಗೂಳಿಗಳ್ನೂ ಮಣ್ ಮುಕ್ಕುಸ್ಬುಟ್ನಲ್ಲಪ್ಪಾ!"

ಅವನ ಬಳಿ ಬಂದ ಜನ ಸಮೂಹ ಅವನನ್ನು ಮೇಲೆತ್ತಿ ವಾಡಿವಾಸಲಿನ ಮಧ್ಯೆ ತಂದು, ಎತ್ತರಕ್ಕೆ ಎತ್ತಿ ಹಿಡಿಯಿತು.

ಅಡ್ಡಗೋಲಿನ ಮೇಲೆ ನಿಂತು ಬಹುಮಾನವಾಗಿ ರುಮಾಲನ್ನು ನೀಡುತ್ತಿದ್ದ ಹಿರಿಯನೊಬ್ಬ, ಇದ್ದುದರಲ್ಲೇ ವಿಶೇಷವಾದ ಜರಿಗೆ ಅಂಗವಸ್ತ್ರವನ್ನು ಪಿಚ್ಚೆಯ ಕೊರಳಿಗೆ ಹಾಕಿದನು. ಬಲಶಾಲಿ ಗೂಳಿಗಳನ್ನು ಅಥವಾ ಹೆಸರುವಾಸಿ ಗೂಳಿಗಳನ್ನು ಅಡಗಿಸುವವರಿಗೆ ಮಾತ್ರ ಬಹುಮಾನವಾಗಿ ನೀಡುವ ವಸ್ತ್ರವದು. ಪಿಚ್ಚೆಗೆ ತಾಳಲಾರದ ಸಂತೋಷ. ಅವನಿಗಿಂತ ಎತ್ತರದಿಂದ ಒಂದು ಧ್ವನಿ, 'ಏ ಮೂಡಣದವ್ನೇ' ಎಂದು ಕೂಗಿತು. ಜಮೀನ್ದಾರರ ಧ್ವನಿ.

ಅತ್ಯಂತ ಸಂತೋಷ, ಗೆಲುವಿನ ಭಾವ, ಕೊರಳಲ್ಲೊಂದು ಜರಿಗೆ ರುಮಾಲಿನೊಂದಿಗೆ ಪಿಚ್ಚೆ ಜಮೀನ್ದಾರರನ್ನು ನೋಡಿ ನಮಸ್ಕರಿಸಿದನು. ಅವನ ತಲೆ ವೇದಿಕೆಗಿಂತ ಕೊಂಚ ಎತ್ತರದಲ್ಲಿತ್ತು. ಜಮೀನ್ದಾರರಿಗೆ ಸಮನಾಗಿ, ತಾನು ಜನರ ಭುಜಗಳ ಮೇಲೆ ಕೂತಿರುವುದು ಪಿಚ್ಚೆಗೆ ಮುಜುಗರವನ್ನುಂಟು ಮಾಡಿತು. ಹಾಗೂ ಇದು ಜಮೀನ್ದಾರರಿಗೆ ಅಗೌರವವನ್ನು ಸೂಚಿಸಿದಂತಾಗುತ್ತದೆ ಎಂಬ ಆತಂಕವೂ ಆಯಿತು. ಆತ ಕೆಳಗಿಳಿಯಲು ಯತ್ನಿಸಿದರೂ ಜನ ಅವನನ್ನು ಕೆಳಗೆ ಬಿಡಲಿಲ್ಲ. ಇನ್ನಷ್ಟು ಕೈಗಳು ಸೇರಿಕೊಂಡು, ಅವನನ್ನು ಎತ್ತಿ ಹಿಡಿದವು.

ಜಮೀನ್ದಾರ್ ತಾನು ಕುಳಿತಿದ್ದ ಆಸನದಿಂದ ಮುಂದೆ ಬಾಗಿ, ಹತ್ತು ರೂಪಾಯಿಯ ನೋಟನ್ನು ನಡುಗುತ್ತಿದ್ದ ಆತನ ಬೆರಳುಗಳ ಮಧ್ಯೆ ಸಿಕ್ಕಿಸಿದರು. ಅವನ ಕಣ್ಣುಗಳನ್ನೇ ದಿಟ್ಟಿಸುತ್ತಾ ಮಂದಹಾಸ ಬೀರಿದರು. ಪಿಚ್ಚೆಯೂ ಅವರನ್ನು ಅತೀವ ಗೌರವದಿಂದ ಕಂಡು, ದೀನನಾಗಿ ತಲೆಬಾಗಿ ನಮಸ್ಕರಿಸಿದನು. ಮರುಕ್ಷಣ ಅವರ ಮುಖದಲ್ಲಿದ್ದ ನಗು ಮಾಯವಾಗಿ, ತನ್ನನ್ನು ಏನೋ ಕೇಳಲು ಮುಂದಾಗಿ ಸುಮ್ಮನಾದರೆಂಬುದನ್ನೂ ಗಮನಿಸಿದನು. ಅವನ ಮುಖಭಾವವೂ ಆ ಕ್ಷಣವೇ ಬದಲಾಯಿತು.

"ಹೇ ಬುಡ್ರಪ್ಪಾ ಕೆಳಿಕ್ಕೇ... ಇಳ್ಸಿ" ಎಂದು ಪಿಚ್ಚೆ ಬಲವಂತವಾಗಿ ಉತ್ಸಾಹಿ ತೋಳುಗಳಿಂದ ಕೆಳಗಿಳಿದನು. ಮತ್ತೊಮ್ಮೆ ಜಮೀನ್ದಾರರನ್ನು ನೋಡಿ ಕೈ ಮುಗಿದನು.

"ಲೇಯ್, ವಾಡಿಪುರಂ ಗೂಳಿನಾ ಹಿಡ್ಯಕ್ ಆಯ್ತದೇನ್ಲಾ ನಿನ್ನಿಂದ?" ದಿಢೀರೆಂದು ಜಮೀನ್ದಾರರು ಪ್ರಶ್ನಿಸಿ, ಉತ್ತರಕ್ಕಾಗಿ ಅವನ ಮುಖವನ್ನೇ ನೋಡುತ್ತಿದ್ದರು.

ಆ ಕೆಲ ಕ್ಷಣಗಳು ಇಬ್ಬರೂ ಕಣ್ಣು ಮಿಲಾಯಿಸಿಕೊಂಡರು. ಆ ಯುವಕನ ಸಾಮರ್ಥ್ಯವನ್ನು ಹಾಗೂ ಅವನ ಹೊಸ ಹೊಸ ಯುಕ್ತಿಗಳನ್ನು ಆವೆರಡು ಗೂಳಿಗಳ ವಿಚಾರದಲ್ಲಿ ಅವರು ಕಂಡಿದ್ದರಿಂದ ಅವರಿಗೆ ದಿಢೀರೆಂದು ಸಂಶಯ ಮೊಳೆಯಿತು – ಒಂದು ವೇಳೆ ಈತ ವಾಡಿಪುರಂ ಗೂಳಿಯನ್ನೂ ಅಡಗಿಸಿಬಿಡುವನೋ? ಎಂದು. ಇಷ್ಟು ವರ್ಷಗಳೂ ಅವರಲ್ಲಿದ್ದ

ಅಚಲವಾದ ನಂಬಿಕೆ ಮೊಟ್ಟ ಮೊದಲ ಬಾರಿ ವಾಡಿವಾಸಲ್‌ನ ಮುಂದೆ ಚದುರಿತ್ತು.

ಅನಿರೀಕ್ಷಿತ ಪ್ರಶ್ನೆಯಿಂದ ಪಿಚ್ಚಿ ಕೊಂಚ ಗಾಬರಿಗೊಂಡಿದ್ದನು. ಜಮೀನ್ದಾರರ ಪ್ರಶ್ನೆಯು ಹಿಂದಿರಬಹುದಾದ ನಿಜವಾದ ಅರ್ಥವೇನೆಂಬುದನ್ನು ಆತ ಯೋಚಿಸಿದನು. ಅವರ ಮುಖಭಾವದಿಂದ ಪ್ರಶ್ನೆಯ ಮೂಲ ಉದ್ದೇಶವನ್ನು ಆತನಿಂದ ಕಂಡುಕೊಳ್ಳಲು ಸಾಧ್ಯವಾಗಲಿಲ್ಲ. ಆದರೆ ಜಮೀನ್ದಾರರು ತಮ್ಮೊಳಗಿದ್ದ ಸಂಶಯವನ್ನು ತೀರಿಸಿಕೊಳ್ಳಲು ಎರಡರಲ್ಲಿ ಒಂದು ಉತ್ತರ ನಿರೀಕ್ಷಿಸಿದ ಹಾಗೆ ಕಂಡಿತು.

"ದಿಟವಾಗ್ ಯೋಳಕ್ಕಾಗಕಿಲ್ಲ ದಣಿಗಳೇ" ಎಂದು ಜಮೀನ್ದಾರರ ಕಣ್ಣುಗಳನ್ನು ನೋಡದೆ ತಲೆ ತಗ್ಗಿಸಿ ಉತ್ತರಿಸಿದನು. "ಒಂದ್ ಕಿತಾ ನ್ವಾಡ್ಕಬೇಕು" ಅವನ ಮಾತುಗಳು ಗೊಣಗುವಂತಿದ್ದರೂ ಜಮೀನ್ದಾರರ ಕಿವಿಗೆ ಸ್ಪಷ್ಟವಾಗಿ ಕೇಳಿಸಿತು.

"ಸರಿ ಹೋಗು!" ತುಂಡರಿಸಿದ ಹಾಗೆ ಹೇಳಿದರು. ಪಿಚ್ಚಿಯ ಮಾತಿನ ಅರ್ಥ ಅವರಿಗೆ ಸ್ಪಷ್ಟವಾಗಿತ್ತು.

ಕೈಗಳನ್ನು ತಲೆಯ ಮೇಲೆತ್ತಿ ದೊಡ್ಡ ನಮಸ್ಕಾರವೊಂದನ್ನು ಹಾಕಿ ಪಿಚ್ಚಿ ಅಲ್ಲಿಂದ ಜರುಗಿದನು. ಜನರೂ ದೂರ ಸರಿದು, ಅಖಾಡವನ್ನು ವಿಸ್ತರಿಸಿ ಮುಂದಿನ ಗೂಳಿಗೋಸ್ಕರ ಕಾಯುತ್ತಾ ನಿಂತರು.

ಜಮೀನ್ದಾರನ ಹಿಂದೆ ಕುಳಿತಿದ್ದ ಕಾರ್ಯಕರ್ತರೊಬ್ಬರು "ಉಸಿಲನೂರು ಜಲ್ಲಿಕಟ್ಟಲ್ಲಿ ನಮ್ ಗೂಳಿ ಮ್ಯಾಕ್ ಬಿದ್ದು ವಬ್ಬ ಪ್ರಾಣ ಕಳ್ಕಂಡ ಅಂತ ಸುದ್ದಿ ಬಂತಲ್ಲ ಸಾಹೇಬ್ರೆ. ಅವ್ರ ಮಗಾ ಅಂತೆ ಇವ್ನು! ಗೂಳೀನ್ ಹಿಡ್ಯುಕ್ಕೆ ಬಂದೋನೆ ಅನುಸ್ತೈತೆ"

ಸಂಶಯ ಇನ್ನಷ್ಟು ಖಾತರಿಯಾಗಲು, ಜಮೀನ್ದಾರರು "ಅದ್ನ ಅವ್ನೇ ಮನ್ಸ್ ಬಿಚ್ಚಿ ಯೋಳ್ಬುಟ್ ಹೊಂಟೋದ್ನಲ್ಲ" ಎಂದರು. ಮುಂದೆ ಅವರು ಮಾತು ಬೆಳೆಸಲಿಲ್ಲ.

ಗೂಳಿಗಳು ಒಂದಾದ ಮೇಲೊಂದು ಬರಲು ಶುರುವಾದವು.

ಪಿಚ್ಚಿ ಕೊಟ್ಟ ಹತ್ತು ರೂಪಾಯಿ ನೋಟನ್ನೂ ತನ್ನ ಎಲೆ–ಅಡಿಕೆ ಚೀಲದೊಳಗೆ ಇಟ್ಟುಕೊಳ್ಳುತ್ತಾ ಮುದುಕನು ಸಣ್ಣ–ಕೊರಳಿನಲ್ಲಿ ನುಡಿದನು. "ತಮ್ಮಾ! ಜಮೀನ್ದಾರ್ ಮಕಾನ ಗಮನುಸಿದ್ಯೇನ್ಲಾ?

ನಿನ್ ಜವಾಬ್ ಕ್ಯೋಳಿದ್ ಕೂಡ್ಲೇ ಅವ್ರ ಮಕ ಚಿಕ್ದಾಗೋಯ್ತು. ಕಾರಿ ಗೂಳಿಯಿಂದಾನೇ ಅವ್ರಿಗ್ ಮರ್ಯಾದೆ ಗೌರವ ಎಲ್ಲಾ. ಕಡ್ಡಿ ಮುರ್ದಂಗ್ ನೀನ್ ಹಿಂಗಂತ್ಯಾ ಅಂತ ಅವ್ರ ಎದ್ರು ನೋಡಿರಕಿಲ್ಲ"

"ಹವ್ದು ಅಜ್ಜಯ್ಯಾ... ಮನ್ಸಿಗ್ ಹಾಕ್ಕಂಬುಟ್ರು ಅನ್ನೋದ್ ಸೆಂದಾಕ್ ಗೊತ್ತಾಯ್ತ್ಯತೆ. ಆದ್ರೆ ಅವ್ರ ಕ್ಯೋಳಿದುಕ್ಕೆ ಉತ್ರ ಕೊಡ್ನಿಲ್ಲ ಅಂದ್ರೂವೇ ತೆಪ್ಪಾಯ್ತ್ಯತೆ ಅಲ್ಲೂರಾ?" ಎಂದನು ಪಿಚ್ಚೆ.

"ನೀನ್ ಉತ್ರ ಕೊಟ್ಟಿದ್ ಸರೀನೇಯಾ! ವಳ್ಳೆ ಕಸುಬುದಾರ ಅಂದ್ರೆ ಅವ್ನನ್ನ ಮೆಚ್ಚೋದು ಅವ್ರ ಗುಣ" ಎಂದನು ಮುದುಕ.

"ಆದ್ರೆ ಅಜ್ಜಯ್ಯಾ, ತಮ್ ಗೂಳಿ ಅಂತ ಬಂದಾಗ ಯಾರೇ ಆದ್ರೂವೇ ಒಸಿ ಬಿಗುವು ಇದ್ದೇ ಇರ್ತದೆ" ಎಂದನು ಪಿಚ್ಚೆ.

"ವಪ್ಕತೀನಿ ತಮ್ಮಾ", ಎಂದನು ಮುದುಕ. "ಆದ್ರೆ, ಗೂಳಿ ಹಿಡ್ಯಕ್ ಬಂದೋನ್ಗೆ ಗೂನು ಮತ್ತೆ ಕೊಂಬ್ ಕಾಣ್ಬೇಕೇ ಹೊರ್ತು, ಗೂಳೀನ್ ಸಾಕ್ದೋನ್ ಯಾರು ಅನ್ನೋದ್ ಮುಖ್ಯ ಅಲ್ಲ. ಈ ಇಸ್ಯ ಜಮೀನ್ದಾರ್ರಿಗೂ ಗೊತ್ತದೆ. ನಿನ್ ಮಾತ್ನ ಮನ್ಸಿಗ್ ಹಾಕ್ಕಂಡಿದ್ರೂವೇ ಅವ್ರ ಆಟಗಾರಂಗೆ ಮರ್ಯಾದೆ ಕೊಡ್ತಾರೆ"

ಪಿಚ್ಚೆ ಮತ್ತು ಮರುದನ್ ಆ ಮಾತುಗಳನ್ನು ಒಪ್ಪಿಕೊಂಡರು.

"ಪಿಚ್ಚೆ, ಮರುದಾ, ತಮ್ಮಂದ್ರಾ!" ಎಂದು ಕೂಗಿ ಕರೆದು, ಮುದುಕ ಅವರ ಮುಖಗಳನ್ನು ದಿಗಿಲಿನಿಂದ ನೋಡಿದನು. "ಕಾರಿ, ಇನ್ನೇನ್ ಯಾವ್ ಕ್ಷಣದಲ್ ಬೇಕಾನ ಬರ್ಬೋದು. ಅದ್ ಬರ್ವಾಗ ನೀವ್ ಎಲ್ಲಿರ್ತೀರೋ, ನಾನ್ ಎಲ್ಲಿರ್ತೀನೋ ಗ್ವತ್ತಿಲ್ಲ. ಜಮೀನ್ದಾರ್ ಗೂಳಿಗಳಲ್ಲಿ ಮದಲ್ನೇದಾಗಿ ಕಾರೀನೇ ಬುಡೋದು"

ಮುದುಕ ಹೇಳುವುದನ್ನು ಇಬ್ಬರೂ ಕಿವಿಗೊಟ್ಟು ಕೇಳಿಸಿಕೊಂಡರು. ಮುದುಕ ಮುಂದುವರೆಸಿದನು. "ಪಿಚ್ಚೆ, ಕಾರಿ ಬಗ್ಗೆ ನಾನ್ ಹೊಸ್ದಾಗ್ ಯೋಳಕ್ಕೇನಿಲ್ಲ. ಎಲ್ಲಾ ನಿಮ್ಗೆ ಗೊತ್ತಿರೋದೇಯಾ. ಏನೋ, ನಿಮ್ನ ನೋಡಿದ್ ಕೂಡ್ಲೇ ಹೆತ್ತ ಮಕ್ಳಂಗೆ ನಿಮ್ ಮ್ಯಾಕ್ ಪ್ರಾಣ ಮಡುಗ್ಬುಟ್ಟೆ. ಉಸಾರು ಕಣ್ರಯ್ಯಾ. ನೋಡ್ಕಂಡು, ವಂದಕ್ ಎಲ್ಡ್ ಕಿತಾ ಏಚ್ನೆ ಮಾಡಿ ಅದ್ರು ಮ್ಯಾಕ್ ಬೀಳ್ರಿ... ಮದಲ್ನೇ ಹಿಡಿತ ತಪ್ಪುದ್ರೆ ಉಸ್ರು ಬುಟ್ಟಂಗೇ ಅರ್ಥ..." ಎಂದು ಏದುಸಿರು ಬಿಟ್ಟು, ನಂತರ ಮರುದನ್ ಅನ್ನು ನೋಡಿ ಹೇಳಿದನು. "ಮರುದಾ, ನಿನ್ ತಂಗಿ ತಾಳೀನಾ ಮನ್ಸಲ್ ಮಡಿಕ್ಕಾ.

ಅವ್ಳ್ ಗಂಡುಂಗೆ ಏನೂ ಆಗ್ಬಾರ್ದು ಕಲಾ. ಅರ್ಥ ಆಯ್ತ್ರಾ?" ಮುದುಕ ತಡವರಿಸಿದನು. "ಸೆಲ್ಲಾಯಿ ತಾಯಿ ಕಾಪಾಡ್ತಾಳೆ! ಆದ್ರೆ ವಂದು ಕಣ್ರಯ್ಯಾ.. ಎಲ್ಲಾ ಮುಗ್ದು ವಾಪಸ್ ಒಲ್ಡುವಾಗ ತಾಯಿಗೆ ಕೈ ಮುಗ್ಯಾದ್ನ ಮರೀಬ್ಯಾಡಿ"

"ವಾಡಿಪುರಂ ಗೂಳಿ!"

ವಾಡಿವಾಸಲ್ ಮತ್ತು ಕೊಟ್ಟಿಗೆಯನ್ನು ಬೇರ್ಪಡಿಸಲು ಹಾಕಿದ್ದ ಆಳೆತ್ತರದ ಬೇಲಿಯ ಮೇಲೆ ಕುಳಿತಿದ್ದ ಒಬ್ಬ ಬಾಲಕ ಕೂಗಿದನು.

"ವಾಡಿಪುರಂ ಗೂಳಿ!"

"ಕರಿ ಪಿಶಾಚಿ!"

"ರಾಕ್ಷಸ ಕಾರಿ!"

ಕೂಗಿದವರೆಲ್ಲರ ಧ್ವನಿಯಲ್ಲೂ ನಡುಕ. ಭಯವು ಸಿಡಿದು ಒಮ್ಮೆಲೆ ಹೊಗೆಯ ಹಾಗೆ ಸುತ್ತಲೂ ಆವರಿಸಿತು. ವಾಡಿವಾಸಲ್‌ನ ಮುಂದೆ ದೊಂಬಿಯೆದ್ದಿತು. ಕೆಲವೇ ಕ್ಷಣಗಳಲ್ಲಿ ಜನರೆಲ್ಲಾ ಎಲ್ಲಿ ಹೋದರೆಂದು ಹುಡುಕುವ ಹಾಗೆ ಇದ್ದವರೆಲ್ಲಾ ಮಾಯ. ಕಾರಿಯ ಕೊಂಬಿಗೆ ಸಿಲುಕದೆ ತಮ್ಮನ್ನು ಹೇಗೆಲ್ಲಾ ಕಾಪಾಡಿಕೊಳ್ಳುವುದೆಂಬ ಗಾಬರಿಯಲ್ಲಿ ಇದ್ದಬದ್ದವರೆಲ್ಲಾ ಸಿಕ್ಕ ಮರೆಗಳಲ್ಲಿ ಬಚ್ಚಿಟ್ಟುಕೊಂಡರು. ಮಾನದ ಹಂಗಿಗೆ ಹೆದರಿ ನಿಂತಿದ್ದ ಅಲ್ಪ ಸ್ವಲ್ಪ ಆಟಗಾರರನ್ನು ಬಿಟ್ಟರೆ ವಾಡಿವಾಸಲ್‌ನ ಬಳಿಯಾಗಲಿ, ಅಡ್ಡಗೋಲಿನ ಮೇಲಾಗಲಿ ಒಬ್ಬ ನರಪಿಳ್ಳೆಯೂ ಇಲ್ಲ. ಅಖಾಡವು ಒದ್ದೆ ಬಟ್ಟೆಯಲ್ಲಿ ಒರೆಸಿದ ಊಟದ ಎಲೆಯಂತೆ ಖಾಲಿಯಾಯಿತು. ಗೂಳಿ ಹಿಡಿಯಲು ಬಂದವರ ಪಾದಗಳು ನಡುಗುತ್ತಿದ್ದದ್ದು, ಕಾದ ನೆಲದಿಂದ ಎಂಬಂತೆ ಕಾಣಬಹುದು. ಆದರೆ ನಿಜವಾದ ಕಾರಣ – ಕಾರಿಗಾಗಿ ಕಾಯುವುದಾಗಿತ್ತು.

ಒಂದಿಬ್ಬರು ಮೂವರು ಮಾತ್ರ ಗೂಳಿಯನ್ನು ಕೊಟ್ಟಿಗೆಯಿಂದ ತಿಟ್ಟಿವಾಸಲ್‌ನ ಬಳಿ ಕರೆತರುವುದನ್ನೂ, ಅದರ ಮೂಗುದಾರ ಕಳಚುವುದನ್ನೂ ನೋಡಲು ಅಡ್ಡಗೋಲಿನ ಮೇಲೆ ಹತ್ತಿದ್ದರು. ಗೂಳಿಯನ್ನು ತಿಟ್ಟಿವಾಸಲ್ ಬಳಿ ಕರೆತರುವಾಗ ಖಂಡಿತವಾಗಿ ಅವರು ಅಲ್ಲಿರುವುದಿಲ್ಲ. ವೇದಿಕೆಯ ಯಾವುದಾದರೂ ಕಾಲನ್ನು ಬಿಗಿಯಾಗಿ ಹಿಡಿದೋ ಅಥವಾ ಮರ ಹತ್ತಿ ಕೋತಿಗಳಂತೆ

ಕೊಂಬೆಯನ್ನು ತಬ್ಬಿಕೊಂಡು ಗೂಳಿ ಹೋಗುವವರೆಗೂ ಕಣ್ಮುಚ್ಚಿಕೊಂಡು ಬಿಡುತ್ತಾರೆ. ಜಲ್ಲಿಕಟ್ಟಿನಲ್ಲಿ ಕಾರಿ ಬರುವುದಕ್ಕೂ ಮೊದಲು ಒಂದು ಆಟವಾದರೆ, ಕಾರಿ ಬಂದ ಮೇಲೆ ಬೇರೊಂದು ಆಟ. ಯಾವ ಗೂಳಿಗೂ ನೀಡದ ಗೌರವವನ್ನು ಕಾರಿಗೆ ನೀಡಿದ ಹಾಗೆ, ಹೊಳೆಯ ಕಡೆಗಿನ ದಾರಿ ಸಂಪೂರ್ಣ ಖಾಲಿಯಾಗಿತ್ತು. ಯಾವೊಬ್ಬರೂ ಮೊದಲ ಸಾಲಿನಲ್ಲಿ ನಿಲ್ಲಲು ಧೈರ್ಯ ತೋರಲಿಲ್ಲ. ಯಾರಾದರೊಬ್ಬರನ್ನು ಹಿಡಿದು ಅವರ ಬೆನ್ನ ಹಿಂದೆ ನಿಲ್ಲಲು ಯತ್ನಿಸಿದರು.

ಕೊಟ್ಟಿಗೆಯಲ್ಲಿ ಅದರ ಅಲಂಕಾರಗಳು ಒಂದೊಂದಾಗಿ ಕಳಚಲ್ಪಟ್ಟು, ಒಳಗಿಂದ ಇಕ್ಕಟ್ಟಾದ ದಾರಿಯಲ್ಲಿ ಕರೆತರಲಾಯಿತು. ಅದರ ನಡಿಗೆಯನ್ನು ಗಮನಿಸಿದ ಹೊಸಬರಿಗೆ ಇದು ಪರಮಸಾಧು ಎಂದೆನಿಸಿದರೂ ಆಶ್ಚರ್ಯವಿಲ್ಲ. ಸಣ್ಣ ಹುಡುಗ ಹಿಡಿದಿದ್ದ ಮೂಗುದಾರಕ್ಕೆ ಮಣಿದು ವಯ್ಯಾರವಾಗಿ ನಡೆದು ಬರುತ್ತಿತ್ತು.

"ಮರುದಾ!" ಎಂದು ಎಚ್ಚರಿಸಿ ಪಿಚ್ಚೆ ತನ್ನ ಲಂಗೋಟಿಯನ್ನು ಒಮ್ಮೆ ಎಳೆದು ಬಿಗಿಯಾಗಿ ಕಟ್ಟಿಕೊಳ್ಳುತ್ತಾ ಹೊಟ್ಟೆಯನ್ನು ಒಳಗೆಳೆದುಕೊಂಡು ದೀರ್ಘವಾಗಿ ಉಸಿರೆಳೆದನು. ಕೆಳಗೆ ಬಾಗಿ ಎರಡೂ ಕೈಗಳನ್ನು ಮಣ್ಣಿಗೆ ಉಜ್ಜಿಕೊಂಡು, ಹಿಡಿತ ತಪ್ಪದ ಹಾಗೆ ಜೋಪಾನ ವಹಿಸಿದನು. ಕತ್ತನ್ನು ಎಡಕ್ಕೆ ಬಲಕ್ಕೆ ಆಡಿಸಿ, ಭುಜವನ್ನೊಮ್ಮೆ ಕುಲುಕಿ ಮುಂಬರಲಿರುವ ಕ್ಷಣಗಳಿಗೆ ತಯಾರಾದನು.

"ಮೂಡಣದೋನು ಕಾರೀನಾ ಹಿಡ್ಯಕ್ ಹೊಂಟೋನೇ ಕಣ್ರುಲಾ!"

"ಸತ್ತ ಬುಡು!"

"ಸಲ್ಲಾಯಿ ಜಲ್ಲಿಕಟ್ಟಲ್ ಅವ್ನ್ ಪ್ರಾಣ ಒಬೇಕು ಅಂತ ಬರ್ದಿದ್ರೆ ಯಾರ್ ತಾನೆ ತಪ್ಸಕ್ ಆಯ್ತದೆ?"

"ಇನ್ನೂ ಎಳೆ ವಯ್ಸು. ಅನ್ಯಾಯವಾಗಿ..."

"ರೇಷ್ಮೆ ರುಮಾಲಿಗೆ ಆಸೆಪಟ್ಟು ಪ್ರಾಣಾನ ಎತ್ಕೊಡ್ತಾವ್ನಲ್ಲ, ಪಾಪಿ!"

"ಎಲ್ಡ್ ಪವುನು ಬಂಗಾರ ಐತಲ್ಲ. ಅದ್ರು ಮ್ಯಾಕಾಸೆ ಇರ್ಬೇಕು!"

ಆಳಿಗೊಂದು ಅಭಿಪ್ರಾಯ.

ಜಮೀನ್ದಾರರ ಕಿವಿಗೆ ಈ ಮಾತುಗಳೆಲ್ಲವೂ ಬಿದ್ದವು. ಅವರು ಯಾವ ರೀತಿಯಲ್ಲೂ ಪ್ರತಿಕ್ರಿಯಿಸಲಿಲ್ಲ. ಬದಲಿಗೆ ಪಿಚ್ಚೆಯ ಸಣ್ಣ ಸಣ್ಣ ಚಲನೆಯನ್ನೂ ಸಹ ಗಮನಿಸುತ್ತಾ ಕುಳಿತಿದ್ದರು. ಇಷ್ಟು ವರ್ಷಗಳಲ್ಲಿ ಯಾವೊಬ್ಬನೂ ತನ್ನ ಗೂಳಿಯ ಮೇಲೆ ಬಿದ್ದು ಬದುಕುಳಿದ ಉದಾಹರಣೆಯಿಲ್ಲ. ಈ ದಿನ ಅಂಥದ್ದೊಂದು ಪ್ರಸಂಗ ನಡೆದು ಬಿಡುತ್ತದೋ ಎಂಬ ತವಕ ಅವರಲ್ಲಿ ಕಾಣುತ್ತಿತ್ತು. ಊರ ಜನ ಏನು ಮಾತಾಡಿಕೊಳ್ಳಬಹುದೆಂಬ ಚಡಪಡಿಕೆಯ ಜೊತೆಗೆ ಹಿಂದೆಂದೂ ಕಾಣದ ಕಾಳಗವೊಂದು ನಡೆಯಲಿದೆ ಎಂಬುದು ಅವರ ಮನಸಿಗೆ ಗೋಚರಿಸಿತು. ಎಲ್ಲರಂತೆಯೇ ತಾನೂ ಕಾಳಗವನ್ನು ನೋಡಲು ಕುತೂಹಲದಿಂದ ಕಾಯತೊಡಗಿದರು. ಪಿಚ್ಚೆಯ ಹಾವಭಾವಗಳಿಂದ ಆತ ಕಾರಿಗೋಸ್ಕರವೇ ಬಂದಿದ್ದಾನೆಂಬುದು ಖಚಿತವಾದ ಮೇಲೂ ಜಮೀನ್ದಾರರಿಗೆ ತನ್ನ ಕಾರಿಯ ಮೇಲೆ ಬಲವಾದ ನಂಬಿಕೆಯಂತೂ ಇದ್ದೇ ಇತ್ತು. ಅವನನ್ನು ಬಾಳೆದಿಂಡಿನ ನಾರಿನ ಹಾಗೆ ಹರಿದು ಎಸೆದು ಬಿಡುತ್ತದೆ ಎಂಬುದರಲ್ಲಿ ಅವರಿಗೆ ಸಂಶಯವಿರಲಿಲ್ಲ. ಆದರೂ ಏನಾದರೂ ಆಗಲಿ ಅದರ ಮೇಲೆ ಬಿದ್ದೇ ಬೀಳುತ್ತೇನೆಂದು ಪಣತೊಟ್ಟು ನಿಂತಿರುವ ಯುವಕನನ್ನು ನೋಡ ನೋಡುತ್ತಾ ಅವರ ಚಡಪಡಿಕೆ ಹೆಚ್ಚಾಗುತ್ತಲೇ ಇತ್ತು. ಸಣ್ಣೆತ್ತು, ಕೊರಾಲು – ಇವುಗಳ ಹಾಗಲ್ಲ ಕಾರಿ. ಆದರೆ ಎಲ್ಲಾ ಗೂಳಿಗಳೂ ಆ ನಂದಿದೇವನ ಅವತಾರವೇ ತಾನೆ? ಅವುಗಳನ್ನೇ ಅಡಗಿಸಿ ಬಿಟ್ಟನಲ್ಲ ಇವನು. "ಕಿರಾತಕ!" ಎಂದು ಪಕ್ಕದಲ್ಲಿದ್ದವರಿಗೂ ಕೇಳಿಸುವ ಹಾಗೆ ಜಮೀನ್ದಾರರು ಬಾಯಿಬಿಟ್ಟರು. ಆಸನದಿಂದ ಮುಂಬಾಗಿ ಅಡ್ಡ ಕಂಬಿಯ ಮೇಲೆ ಕೈ ಇಟ್ಟು ಕುತೂಹಲದಿಂದ ನೋಡುವಾಗ ಅವರ ಕಡೆ ತಿರುಗಿದ ಪಿಚ್ಚೆಯ ನೋಟವನ್ನೊಮ್ಮೆ ಎದುರಿಸಿದರು.

"ಹ್ಮ್ಂ, ಹಿಡಿ!" ಎಂದು ಹೇಳುವ ಹಾಗೆ ತನಗರಿವಿಲ್ಲದೆಯೇ ತಲೆಯಾಡಿಸಿಬಿಟ್ಟರು. ಏಕೆ ಹೀಗೆ ಪ್ರತಿಕ್ರಿಯಿಸಿದರೆಂದು ಅವರಿಗೂ ಅರ್ಥವಾಗಲಿಲ್ಲ. ಆ ಕ್ಷಣದ ಬಿಸಿ, ಹಾಗೆ ತಲೆಯಾಡಿಸುವಂತೆ ಮಾಡಿತು.

ಪಿಚ್ಚೆ ಅವಸರದಿಂದ ವಂದಿಸಿ, ತಕ್ಷಣಕ್ಕೆ ಮುಖ ತಿರುಗಿಸಿಕೊಂಡನು. ಆ ಸಮಯ, ಇಕ್ಕಟ್ಟಾದ ಸಂದಿಯಲ್ಲಿ

ಕಾರಿಯ ಮೂಗುದಾರವನ್ನು ಸಣ್ಣ ಹುಡುಗ ಕಳಚುತ್ತಿದ್ದ. ಕಾರಿ ಆ ಹುಡುಗನೊಬ್ಬನ ಮಾತನ್ನು ಮಾತ್ರ ಕೇಳುತ್ತಿತ್ತು. ಕಾರಣ, ಸಣ್ಣ ವಯಸ್ಸಿನಿಂದ ಅದನ್ನು ಮೇಯಿಸಲು ಕರೆದುಕೊಂಡು ಹೋಗಿ, ಅವನೇ ಅದನ್ನು ಸದಾ ನೋಡಿಕೊಂಡಿದ್ದನು. ಅವನು ಎಲ್ಲಿಂದ ಕೂಗಿದರೂ ಕರುವಿನ ಹಾಗೆ ಓಡಿ ಹೋಗುತ್ತಿತ್ತು.

"ಮರುದಾ, ಈ ತಳೀನೇ ಬ್ಯಾರೆ. ಇದ್ನ ಅಂದಾಜ್ ಮಾಡೂದ್ ಕಸ್ಟ ಕಲಾ" ಎಂದು ಮೆತ್ತಗೆ ಹೇಳಿದನು ಪಿಚ್ಚೆ. "ಯಾವ್ ಹಿಡಿತಕ್ಕೆ ಹೆಂಗ್ ದಬಾಯ್ಸುತ್ತೆ, ಯಾವ್ ಕಡಿಕ್ ಸರ್ಕಳ್ತದೆ ಅಂತ ಯೋಳಕ್ಕಾಗಕಿಲ್ಲ. ಸ್ಯಾನೆ ಉಸಾರಾಗಿರ್ಬೇಕು. ಮೈಯೆಲ್ಲಾ ಕಣ್ ಮಾಡ್ಕ"

ಮರುದನ್ ಅರ್ಥವಾದಂತೆ ತಲೆಯಾಡಿಸಿ, "ಸರಿ ಪಿಚ್ಚೆ, ಆದ್ರೆ ತಿಟ್ಟಿವಾಸಲ್ ತಾವೇ ನಿಂತ್ಕಂಡಿದ್ರೆ ಹೆಂಗೆ? ಬತ್ತಿದ್ದಂಗೆ ಆ ಕತ್ತೆ ಮದ್ಲು ನ್ವಾಡದು ಅಡ್ಡಗೋಲಿನ್ ತಾವ ಅಲ್ವಾ? ಆ ಜಾಗ ಖಾಲಿ ಮಾಡುದ್ ಮ್ಯಾಕೆ ವಾಡಿವಾಸ್ಲಿಗೆ ಬರೂದು" ಎಂದನು.

"ಇರು ಇರು, ಮರುದಾ! ನಂಗ್ ಅಂಟ್ಟದಂಗ್ ನಿಂತ್ಕಾ" ಅಂತಂದು ಎರಡು ಕ್ಷಣ ಕಾದು "ಸರಿ ಹೋಗು" ಎಂದನು. ಮುಂದಿನ ಕ್ಷಣ ವಾಡಿವಾಸಲ್ ಬರಿದಾಗಿತ್ತು.

ಸಣ್ಣ ಹುಡುಗ ಕಾರಿಯನ್ನು ನೇವರಿಸುತ್ತಲೇ ಒಳಗಿಂದ ಬರುತ್ತಿದ್ದ. ಗೂಳಿ ವಾಡಿವಾಸಲ್‌ನ ಅಂಚಿಗೆ ಬಂದು ನಿಂತಿತ್ತು. ಸಣ್ಣ ಹುಡುಗ ದಢಾರನೇ ಗೂಳಿಯಿಂದ ದೂರ ಸರಿದು, ಯಾವ ರೀತಿಯ ಸನ್ನೆಯೂ ಮಾಡದೆ ಓಡಿ ಹೋದನು.

"ನೋಡುದ್ರೇನ್ಲಾ, ಗೂಳಿ ಬತ್ತಿದ್ದಂಗೆ ಮೂಡಣದವ್ನು ಕಣ್ಗೆ ಕಾಣ್ತಿಲ್ಲ. ಅಡುಗ್ಬುಟ್ನೋನೆ"

"ಬ್ಯಾರ ಗೂಳಿ ತಾವ ನಡ್ಕಂಡಂಗ್ ಇದ್ರು ತಕ್ ಆಡಕ್ ಆಯ್ತುದಾ ಹೇಳು..."

"ಬರೀ ಆರ್ಭಟ ಅಸ್ಟೇ, ಆಟದಾಗ್ ಏನೂ ಇಲ್ಲ!"

ಜಮೀನ್ದಾರರು ತನ್ನ ಸುತ್ತಲೂ ಕೇಳಿಸುತ್ತಿದ್ದ ಗೇಲಿ ಮಾತುಗಳನ್ನು ಒಂದೇ ಮಾತಿನಲ್ಲಿ ಅಡಗಿಸಿದರು "ಬಾಯ್ ಮುಚ್ಕಂಡ್ ನೋಡ್ರುಲಾ, ಸುಮ್ಕೆ". ನಂತರ ಕ್ಷಣದ ಮೌನ. "ಅವ್ನೇನ್ ಸಾಮಾನ್ಯದೋನಲ್ಲ. ಯಾವ್ ಗೂಳಿ ಮ್ಯಾಕ್ ಹೆಂಗ್

ಬೀಳ್ಬೇಕು ಅಂತ ಅವ್ನಿಗ್ ಗೊತ್ತದೆ" ಎಂದರು. ಗೇಲಿಯಾಡಿದ ಬಾಯಿಗಳೆಲ್ಲಾ ಬೀಗ ಹಾಕಿಕೊಂಡವು. ಜಮೀನ್ದಾರರು ಅತ್ಯಂತ ಕುತೂಹಲದಿಂದ ಕಾರಿಯ ಕಡೆಗೆ ನೋಡುತ್ತಿದ್ದರು. ಅವರ ಈ ನಡತೆಯನ್ನು ಕಂಡು, ಅವರ ಆಳುಗಳೇ ಆಶ್ಚರ್ಯಪಟ್ಟರು.

ವಾಡಿವಾಸಲ್ ಬಳಿ ಕಾರಿ ರಾಜನ ಗತ್ತಿನಲ್ಲಿ ನಿಂತಿತ್ತು. ಕಪ್ಪು ಕಲ್ಲುಬಂಡೆಯ ಹಾಗಿದ್ದ ಅದರ ಗೂನು ಎದೆಯೆತ್ತರದ ಅಡ್ಡಗೋಲಿನ್ನೂ ದಾಟಿತ್ತು. ಹಣೆಯ ದಿಬ್ಬದ ಮೂಲೆಗಳಿಂದ ಈಟಿಗಳೆರಡು ಮೊಳಕೆಯೊಡೆದು, ಕೊಂಬುಗಳಾಗಿ ನಿಂತಂತಿದ್ದವು. ಆ ಕೊಂಬುಗಳ ತುದಿಯು ಬಳೆಯಂತೆ ತುಸು ಬಾಗಿ ಫಳಫಳಿಸುತ್ತಿದ್ದವು. ಒಂದು ಚೂರೂ ಭಯವಿಲ್ಲದೆ ನೆಲವನ್ನು ನೋಡುತ್ತಾ ಹೆಜ್ಜೆ ಮೇಲೆ ಹೆಜ್ಜೆಯಿಟ್ಟು ಗೂನನ್ನು ನಯವಾಗಿ ಆಡಿಸುತ್ತಾ ವಾಡಿವಾಸಲ್‌ನ್ನು ಬಿಟ್ಟು ಮುಂದೆ ನಡೆದು ಬಂದಿತು. ಒಂದಷ್ಟು ದೂರ ಬಂದು, ಅಡ್ಡಗೋಲಿನ ಎರಡೂ ಕಡೆ ಓರೆನೋಟವನ್ನು ಬೀರಿ ಅಖಾಡದ ಮಧ್ಯೆ ಬಂದು ರಾಜಾರೋಷವಾಗಿ ನಿಂತಿತು.

"ರಣಹದ್ದು ಕಲಾ ಇದು... ಹೆಂಗ್ ಬಂದ್ ನಿಂತದೆ ನ್ವಾಡು!"

"ಇಲ್ವಾ ಮತ್ತೆ... ಇದ್ಕೂ ಬ್ಯಾರೆ ಕತ್ತೆಗಳ್ಗೂ ಆಮ್ಯಾಕ್ ಏನ್ ಯತ್ಯಾಸ?"

"ಯಾರ್ ಯಾರ್ಗೆಲ್ಲಾ ಮೈಯಿಂದ ನೀರ್ ಕಿತ್ಕತೈತೆ? ಗುಮ್ಮಾಂಗೂಳಿ ಅಂದ್ರೆ ಇದೇ ಕಣ್ರಪ್ಪಾ!"

"ಇದ್ನ ಆ ಮೂಡಣ್ಣೋನು ಹಿಡ್ಯಕ್ ಬಂದೋನಾ?"

ಕಾರಿ ನಿಂತಿದ್ದ ಧಾಟಿ ಹೇಗಿತ್ತೆಂದರೆ, ಧೈರ್ಯವಿದ್ದವರು ತನ್ನ ಮೇಲೆ ಕೈ ಹಾಕಿ ನೋಡಿ ಎಂದು ಸವಾಲು ಎಸೆದಂತೆ. ಅದರ ಉಸಿರು ನೆಲಕ್ಕೆ ತಾಕಿದ ಜಾಗಗಳಲ್ಲಿ ಮಣ್ಣು ಚದುರಿ ಹಾರಿತು. ಏನನ್ನೋ ಹುಡುಕುತ್ತಿರುವಂತೆ ಮೂಗನ್ನು ಭೂಮಿಗೆ ತಾಕಿಸಿದ ಹಾಗೆ ಅತ್ತಿತ್ತ ತಲೆಯಾಡಿಸುತ್ತಿತ್ತು.

"ಮೂಡಣ್ಣೋರು ಎಲ್ಲಪ್ಪಾ... ಹುಡುಕ್ರಯ್ಯಾ ಒಸಿ ಅವ್ರುನ್ನ" ಎಂದು ಕಣ್ಣುಗಳು ಅವರನ್ನು ಹುಡುಕುತ್ತಿದ್ದವು. ಆದರೆ ಗೂಳಿ ತಮ್ಮ ಕಡೆ ಯಾವ ಕ್ಷಣದಲ್ಲಾದರೂ ಬಂದು ಬಿಡಬಹುದೆಂಬ ಭೀತಿಯಲ್ಲಿ ಹೆಚ್ಚು ಸಮಯ ಬೇರೆಡೆ ಕಣ್ಣು ಹಾಯಿಸುವ ಪುರುಸೊತ್ತಿರಲಿಲ್ಲ.

ದಾರಿಯನ್ನು ನೋಡುತ್ತಾ ನಿಂತಿದ್ದ ಗೂಳಿ ಸರ್ರನೇ ಒಂದು ಸುತ್ತು ಸುತ್ತಿ ಹಿಂದೆ ತಿರುಗಿ ಕೊಂಬು ಆಡಿಸಿ, ಒಂದೆಜ್ಜೆ ಮುಂದೆ ನಿಂತಿತು. ಯಾರದೋ ನೆರಳು ತುಸು ಅಲುಗಾಡಿದುದರ ಜೊತೆ ಡುರ್ರೀ ಎಂಬ ಸದ್ದು ಕೇಳಿದ ಕಾರಣ ಗೂಳಿ ಹೀಗೆ ತಿರುಗಿತ್ತು. ಮೊದಲ ಸಾಲಿನ ಜನ ಗಾಬರಿಗೊಂಡರು. ಸಣ್ಣ ಚಲನೆ ಕಂಡರೂ ಗೂಳಿ ಆ ದಿಕ್ಕಿಗೆ ಹಾರುತ್ತದೆಯೆಂಬುದು ತಿಳಿದಿದ್ದರಿಂದ ಯಾವೊಬ್ಬರೂ ಆ ದುಸ್ಸಾಹಸಕ್ಕೆ ಕೈ ಹಾಕಲಿಲ್ಲ. ಶವಗಳನ್ನು ನಿಲ್ಲಿಸಿದ ಹಾಗೆ ಉಸಿರು ಬಿಗಿ ಹಿಡಿದುಕೊಂಡು ಇಡೀ ಗುಂಪು ಕೆಲವು ಕ್ಷಣಗಳ ಕಾಲ ನಿಷ್ಕ್ರಿಯಗೊಂಡಿತ್ತು.

ಹಿಂದಿನ ಸಾಲಿನಿಂದ ಒಬ್ಬ "ಯಾವನ್ಲಾ ಅದು ಡುರ್ರೀ ಅಂತ ಕೂಗ್ದೋನು? ಬ್ಯಾವರ್ಸಿ!" ಎಂದು ಕೂಗಿದ. "ಮುರುಗು ನೀನೇನ್ಲಾ?" ಎಂದು ಹಿಂದಿನಿಂದ ಮುದುಕ ಕೂಗಿದ. ಪಿಚ್ಚೆ ಜಾಗೃತವಾಗಿ ನಿಂತಿದ್ದ ಜಾಗದ ಕಡೆಗೆ ಗೂಳಿಯನ್ನು ತಿರುಗಿಸಲು ಮುರುಗು ಹೀಗೆ ಮಾಡಿದ್ದಾನೆಂದು, ಅಲ್ಲಿದ್ದವರು ಊಹಿಸಲು ಹೆಚ್ಚು ಸಮಯ ಬೇಕಾಗಿರಲಿಲ್ಲ. ಗೂಳಿಯ ಕೊಂಬಿನ ನೇರಕ್ಕೆ ಪಿಚ್ಚೆ ಮತ್ತು ಮರುದನ್ ಅಕ್ಕ ಪಕ್ಕದಲ್ಲಿ ಅಲುಗಾಡದೆ ನಿಂತಿದ್ದರು. ಗೂಳಿಯ ಗಮನ ಅವರಿಬ್ಬರನ್ನು ಬಿಟ್ಟು ಇನ್ನೆಲ್ಲೂ ಕದಲುತ್ತಿಲ್ಲ. ಮುರುಗನಿಗೂ ಬೇಕಾದದ್ದು ಇದೇ. ಸಂತಸದಲ್ಲಿ ಹಿಂದಿನ ಸಾಲಿನ ಕೊನೆಯನ್ನು ಸೇರಿಕೊಂಡ.

"ಥೀ! ನೀನೂ ಒಬ್ಬ ಗೂಳಿ ಹಿಡ್ಯೋನೇನ್ಲಾ?"

"ಹೆಂಗ್ಸಾಗ್ ಹುಟ್ಬೇಕಿತ್ತು ನೀನು!"

"ಹೊಟ್ಟೆಕಿಚ್, ಹೆದ್ರುಪುಕ್ಲ!"

ಇದೆಲ್ಲವನ್ನೂ, ಮೀರಿ "ಜಮೀನ್ದಾರ್ರಿಗೆ ವಳ್ಳೇ ಹೆಸ್ರು ತಂದ್ಕೊಟ್ಟೆ ಕಣ್ಲಾ ನೀನು... ಲೇ ತೆಂಕಣದವ್ನೇ! ಥೂ" ಎಂಬ ಮುದುಕನ ಕೂಗು ಕೊನೆಯ ಸಾಲಿನಿಂದ ಗುಡುಗಿತು. "ಈ ನಾಯಿನ ತಂದು ನಡುಮನ್ಯಾಗ್ ಮಡುಗುದ್ರಲ್ಲ... ಅದೇನ್ ಕ್ಯಾಮೆ ಮಾಡ್ಬೇಕೋ... ಅದೇ ಮಾಡ್ಬುಟ್ ಓಡೋಯ್ತು!" ಮುದುಕ ಎಂಜಲನ್ನು ಉಗಿಯುವ ಮುಖಭಾವದೊಂದಿಗೆ ಕೂಗಿದನು.

ಜಮೀನ್ದಾರರಿಗೂ ಇದು ಕೇಳಿಸಿತು. ಆದರೆ ಇದರ ಬಗ್ಗೆ ಚಿಂತಿಸಲು ಸದ್ಯಕ್ಕೆ ಸಮಯವಿಲ್ಲ. ಗೂಳಿ ಮತ್ತು ಮನುಷ್ಯ

ನೇರನೇರವಾಗಿ ಎದುರು ನಿಂತಿರುವುದನ್ನು ಮತ್ತು ಮುಖ ತಿರುಗಿಸದೆ ನಿಂತಿರುವ ಗೂಳಿಯಿಂದ ಹೇಗೆ ತಪ್ಪಿಸಿಕೊಳ್ಳುವುದೆಂದು ತಲೆ ಕೆಡಿಸಿಕೊಳ್ಳುತ್ತಿರುವ ಪಿಚ್ಚೆಯ ಅವಸ್ಥೆಯನ್ನು ಅವರು ಗಮನಿಸುತ್ತಿದ್ದರು.

ಎದುರು ನಿಂತಿರುವ ಆಕೃತಿ ತುಸು ಅಲುಗಾಡಿದರೂ ಅದರ ಮೇಲೆ ಜಿಗಿದು ದಾಳಿ ಮಾಡುವ ಹಾಗೆ ಕೆಕ್ಕರಿಸಿ ನೋಡುತ್ತಾ ನಿಂತಿತ್ತು ಕಾರಿ. ಸುಮ್ಮನೆ ನಿಂತಿರುವವರನ್ನೆಲ್ಲಾ ಅಟ್ಟಿಸಿಕೊಂಡೋಡುವ ಗೂಳಿಯಲ್ಲ ಇದು. ಅದರ ಬಳಿ ಬಂದವನನ್ನು ಮಾತ್ರವೇ ಗಣನೆಗೆ ತೆಗೆದುಕೊಳ್ಳುವ ಜಾತಿ. ಕಾರಿಯೂ ಜರುಗಲಿಲ್ಲ, ಮನುಷ್ಯನಿಗೂ ಅದರ ಗುರಿ ತಪ್ಪಿಸಿ ಜರುಗಲು ದಾರಿಯಿಲ್ಲ. ಕ್ಷಣಾರ್ಧದಲ್ಲಿ ಏನು ಬೇಕಾದರೂ ನಡೆಯಬಹುದೆಂಬ ಈ ಜಿದ್ದಾಜಿದ್ದಿಯನ್ನು ಜನರೆಲ್ಲಾ ಕಣ್ಣು ಮಿಟುಕಿಸದೆ ನೋಡುತ್ತಿದ್ದರು.

ಈಗ ಪಿಚ್ಚೆಯ ಬಹುದೊಡ್ಡ ಸಮಸ್ಯೆಯೆಂದರೆ ಗೂಳಿಯ ಚೂಪಾದ ನೋಟವನ್ನು ಬೇರೆಡೆಗೆ ಹೇಗೆ ತಿರುಗಿಸುವುದು ಎಂಬುದಾಗಿತ್ತು. ತೋಳಿನ ಕಡೆ ಮುಖ ತಿರುಗಿಸಿ ಮರುದನ್‌ನಿಗೆ ಒಂದು ಸನ್ನೆ ಮಾಡಿದನು. ಮುಂದಿನ ಕ್ಷಣ ಇಬ್ಬರೂ ತಾಲೀಮು ಮಾಡಿದ್ದವರ ಹಾಗೆ ರಪ್ಪೆಂದು ಎದುರೆದುರು ದೆಸೆಗಳಲ್ಲಿ ಹಾರಿ, ಜನರ ಗುಂಪಿನೊಂದಿಗೆ ಕರಗಿದರು. ಒಂದು ಕ್ಷಣ ಗೂಳಿ ಯಾವ ಕಡೆ ಹಾರುತ್ತಿರುವವನನ್ನು ದಾಳಿ ಮಾಡುವುದೆಂದು ತಿಳಿಯದೆ ಮೂರ್ಖತನದಿಂದ ಅತ್ತಿತ್ತ ತಲೆಯಾಡಿಸಿ ಅಸಹಾಯಕ ಸ್ಥಿತಿಯಲ್ಲಿ ನಿಂತಿತು. ಸುಧಾರಿಸಿಕೊಂಡ ನಂತರ ಪಿಚ್ಚೆ ಉರುಳಿ ನಿಂತ ದಿಕ್ಕಿನ ಕಡೆಗೆ ತಾನೂ ತಿರುಗಿ ಅವನ ಚಲನೆಗೆ ನೇರವಾಗಿ ತನ್ನ ಕೊಂಬುಗಳನ್ನು ಗುರಿಯಿಟ್ಟು ಹೆಜ್ಜೆ ಮುಂದೆ ಇಡಲು ಶುರು ಮಾಡಿತು. ಗೂಳಿ ಮುಂದೆ ಬರುವುದನ್ನು ಗಮನಿಸಿದ ಪಿಚ್ಚೆ ಚಲಿಸದೆ ಸ್ಥಿರವಾಗಿ ನಿಂತು ಬಿಟ್ಟನು. ಆತ ತನ್ನ ಎದುರಿಗೆ ಬರುತ್ತಿಲ್ಲವೆಂಬುದನ್ನು ಅರಿತ ಗೂಳಿ, ಹೆಜ್ಜೆ ಇಡುವುದನ್ನು ನಿಲ್ಲಿಸಿ ಅವನನ್ನು ಆಕ್ರೋಶದಿಂದ ನೋಡುತ್ತಾ ನಿಂತ ಜಾಗವನ್ನು ಭದ್ರ ಪಡಿಸಿಕೊಂಡಿತು.

"ಎಂಥಾ ಗೂಳಿನಪ್ಪಾ ಇದು... ಎಲ್ರಿಗೂ ಕರ್ಳು ನಡುಕ ಬರಂಗ್ ಮಾಡ್ತೈತೆ!"

ಇದಕ್ಕೂ ಮೊದಲು ಕಾರಿಯನ್ನು ಇಷ್ಟು ಹೊತ್ತು ಸಾವಕಾಶವಾಗಿ ನೋಡುವ ಭಾಗ್ಯ ಯಾರಿಗೂ ದಕ್ಕಿರಲಿಲ್ಲ. ಕಾರಣ, ಅದು ತಿಟ್ಟಿವಾಸಲ್ ನಿಂದ ಹೊರ ಬರುತ್ತಿದ್ದ ಹಾಗೆ ಗುಮ್ಮುತ್ತಾ ನಾಲ್ಕಾರು ಜನರನ್ನು ಮೇಲೆ ಹಾರಿಸಿ, ಓಡಿ ಬಿಡುತ್ತಿತ್ತು. ಇದೇ ಮೊದಲು ನಿಂತು ನಿಧಾನವಾಗಿ ಒಬ್ಬನ ಮೇಲೆ ಗುರಿ ಇಟ್ಟಿರುವುದು. ಮನುಷ್ಯನ ಚಲನೆಯನ್ನು ಗ್ರಹಿಸಿ ಹೆಜ್ಜೆ ಇಡುತ್ತಿರುವ ಅದರ ಭೌತಿಕ ಸಾಮರ್ಥ್ಯವನ್ನು ಕಂಡು ಜನ ಅಚ್ಚರಿಗೊಂಡರು. ಪಿಚ್ಚೆಯನ್ನು ಗುರ್ರೆಂದು ನೋಡುತ್ತಲೇ, ಕಾಲುಗಳಿಂದ ನೆಲವನ್ನು ಬಗೆದು ಮಣ್ಣನ್ನು ಕೆದರಿತು. ಗೂಳಿ ರೊಚ್ಚಿಗೆದ್ದಿದೆ ಎಂಬುದನ್ನು ಅರಿತುಕೊಂಡ ಜನರು, ಅದು ಇಲ್ಲಿಂದ ಹೋದರೆ ಸಾಕು, ಆಟ ಇಲ್ಲಿಗೆ ಮುಕ್ತಾಯಗೊಂಡರೂ ಪರವಾಗಿಲ್ಲ ಎಂಬ ಮನಸ್ಥಿತಿಗೆ ಬಂದು 'ಹೋಗು... ಹೋಗು...' ಎಂದು ಶಾಂತಗೊಳಿಸಲು ಯತ್ನಿಸುತ್ತಿದ್ದರು. ಆದರೆ ಕಾರಿಯು, ತನ್ನ ಸವಾಲಿಗೆ ಮುಕ್ತಾಯ ಸಿಗುವವರೆಗೂ ತಾನು ಇಲ್ಲಿಂದ ಹೋಗುವುದಿಲ್ಲವೆಂಬಂತೆ

ಆಗಾಗ ಕಾಲು ಕೆರೆದು, ಏದುಸಿರು ಬಿಡುತ್ತಾ, ಕೊಂಬುಗಳನ್ನು ಆಡಿಸಿಕೊಂಡು ಅದೇ ಜಾಗದಲ್ಲಿ ಸ್ಥಿರವಾಗಿ ನಿಂತಿತ್ತು.

ಪಿಚ್ಚೈ ಅದರ ಕೊಂಬಿನ ನೇರಕ್ಕೆ ಹಾಗು ಮರುದನ್ ಅದರ ಬಾಲದ ಹಿಂದೆ ಅಲುಗಾಡದೆ ನಿಂತಿದ್ದರು. ಪಿಚ್ಚೈ ನೀಡಲಿರುವ ಸನ್ನೆಗೋಸ್ಕರ ಆತನ ಮುಖವನ್ನೇ ನೋಡುತ್ತಾ ನಿಂತಿದ್ದನು ಮರುದನ್. ಗೂಳಿಯ ಮೇಲಿಂದ ಕಣ್ಣು ಹಾಯಿಸಿ ಮರುದನ್ ಅನ್ನು ನೋಡಿದ ಪಿಚ್ಚೈ ಸನ್ನೆ ಮಾಡಿದ ಕೂಡಲೇ...

"ಡುರ್ರೀ!"

ಮರುದನ್ ಧ್ವನಿ ಜೋರಾಗಿ ಎಲ್ಲೆಡೆ ಮರುಧ್ವನಿಸಿದಂತಾಯಿತು. ಕೂಗುತ್ತಲೇ ಗೂಳಿಯ ಬಾಲದ ಬಳಿ ಬಂದು, ಅದು ತಿರುಗುವ ಹೊತ್ತಿಗೆ ಅದರ ಬಾಲವನ್ನು ತುಸು ಎಳೆದು ವೃತ್ತಾಕಾರದಲ್ಲಿ ಬಾಗಿ ಹೆಜ್ಜೆ ಹಾಕುತ್ತಾ ಹಿನ್ನಡೆದನು. ಬಾಲವನ್ನು ಅನ್ಯನೊಬ್ಬ ಮುಟ್ಟಿದ ಕೋಪದಲ್ಲಿ, ಅವನನ್ನು ಗುಮ್ಮಲು ಥಟ್ಟನೇ ತಿರುಗಿತು. ಕಾರಿ ಪಿಚ್ಚೈಯನ್ನು ಬಿಟ್ಟು ಮರುದನ್ ಕಡೆ ಲಘುಕೋನದಲ್ಲಿ ತಿರುಗಿದ್ದೇ ತಡ, ಜೀರುಂಡೆಯ ಹಾಗೆ ಹಾರಿ ಕಾರಿಯ ಗೂನಿನ ಮೇಲೆ ತನ್ನ ಎಡಗೈಯನ್ನು ಹಾಕಿ ಎದೆಗೆ ನೆಗ್ಗಿಸಿ, ಅದರ ಕೊರಳಿಗೆ ತನ್ನ ದೇಹವನ್ನು ಅಂಟಿಸಿಕೊಂಡು, ಹಿಡಿತ ಸಿಕ್ಕಿದೊಡನೆ ಅದರ ಬಲಗಡೆ ಕೊಂಬಿಗೆ ಕೈ ಹಾಕಿದನು ಪಿಚ್ಚೈ. 'ಚಪಕ್' ಎಂಬ ಶಬ್ದವನ್ನು ಮಾತ್ರ ಜನರು ಕೇಳಿಸಿಕೊಂಡರೇ ವಿನಾ ಇದೆಲ್ಲವೂ ಅವರು ಕಣ್ಣು ಮಿಟುಕಿಸುವ ಅವಧಿಯಲ್ಲಿ ಮಿಂಚಿನಂತೆ ನಡೆದು ಹೋಗಿತ್ತು.

ಅನಿರೀಕ್ಷಿತವಾದ ಈ ಹಿಡಿತವನ್ನು ಗೂಳಿಗೆ ನಿಭಾಯಿಸಲು ಸಮಯ ಹಿಡಿಯಿತು. ಕೆಲ ಕ್ಷಣಗಳು ದಿಕ್ಕೆಟ್ಟು ಆತಂಕಗೊಂಡರೂ ಅದರ ಸ್ವಾಭಾವಿಕ ಮೃಗದ ಗುಣವು ಎಚ್ಚರಗೊಂಡು ಪರಿಸ್ಥಿತಿಯನ್ನು ನಿಯಂತ್ರಣಕ್ಕೆ ತಂದುಕೊಳ್ಳಲು ಹೋರಾಡಿತು. ಅತಿ ವೇಗವಾಗಿ ಕೊಂಬನ್ನು ಬೀಸಿ ಪಿಚ್ಚೈಯನ್ನು ತಿವಿಯಲು ನೋಡಿತು. ಆದರೆ ಪಿಚ್ಚೈಯು ಬಿಗಿಯಾಗಿ ಒತ್ತಿ ಹಿಡಿದಿದ್ದ ಕಾರಣ, ಅದರ ಕೊಂಬು ಅವನ ಎದುರುದೆಸೆಗೆ ತಳ್ಳಲ್ಪಡುತ್ತಿತ್ತು. ಅತೀವ ಜಾಗರೂಕತೆಯಿಂದ ಪಿಚ್ಚೈ ತನ್ನ ಮಂಡಿಯನ್ನು ಮಡಚಿ, ಅದರ ಕೊರಳಿಗೆ ತನ್ನ ಮುಖವನ್ನು ಅಂಟಿಸಿಕೊಂಡಿದ್ದ. ಇಲ್ಲವಾದಲ್ಲಿ ಕಾರಿಯ ವೇಗಕ್ಕೆ, ಅದರ ಕೊಂಬು ಪಿಚ್ಚೈಯ ಮುಖಕ್ಕೋ, ಎದೆಗೋ ತಾಕಿ

ಅನಾಹುತವಾಗುವ ಸಂಭವವಿತ್ತು. ಕೊಂಬುಗಳು ನೆಲದ ಕಡೆ ಜಗ್ಗುತ್ತಿದ್ದರಿಂದ ಗೂಳಿ ತನ್ನ ತಂತ್ರವನ್ನು ಬದಲಿಸಿ ದಿಢೀರನೆ ಒಂದು ಜಿಗಿತ ಜಿಗಿದು ನಾಲ್ಕೂ ಕಾಲುಗಳನ್ನೂ ಮೇಲೆತ್ತಿ ಹಾರಿತು. ಪಿಚ್ಚಿಯೂ ಅದಕ್ಕೆ ಅಂಟಿದ ಹಾಗೆ ಮೇಲೆ ಹಾರಿದನು.

"ಅಬ್ಬಬ್ಬೋ!"

"ಕುದುರೆ ಹಂಗ್ ಹಾರ್‍ತೈತಲ್ಲಪ್ಪೋ!"

"ಕೆಳಿಕ್ ಬಿದ್ ಸಾಯ್ತಾನ್ ನ್ವಾಡೀಗ!"

"ಎತ್ತಾಕಿ ತುಳೀತದೆ ಕಲಾ ಅದು..."

"ಆಆಆಆ!"

ಮರುದನ್ ಕೂಗಿದನು. "ಪಿಚ್ಚಿ ಬುಟ್ಬೇಡ ಕಲಾ... ಪಿಚ್ಚಿ! ಬಿಗಿ ಹಿಡ್ಕ... ಬುಟ್ಬುಡ್ಬೇಡ... ಬುಟ್ಬುಡ್ಬೇಡ!" ಅವನ ಕೈಗಳು ನಡುಗುತ್ತಿದ್ದವು. ದೇಹ ಆವೇಶದಲ್ಲಿ ಕುಣಿಯುತ್ತಿತ್ತು. ಆಳೆತ್ತರಕ್ಕೆ ಹಾರಿದ ಗೂಳಿಯು ಗಾಳಿಯಲ್ಲಿ ನಿಯಂತ್ರಣ ಸಿಕ್ಕಿದ ಹಾಗೆ, ಬೆನ್ನು ನೇರಮಾಡಿ, ತಲೆಯನ್ನು ಒಳಗೆಳೆದುಕೊಂಡು, ಕುಂಡಿಯನ್ನಾಡಿಸುತ್ತಾ ದಢಾರೆಂದು ಕಾಲುಗಳನ್ನು ನೆಲಕ್ಕೆ ಬಡಿಯುತ್ತಾ, ಕೆಳಗಿಳಿಯಿತು. ಪಿಚ್ಚಿಯೂ ಹಿಡಿತವನ್ನು ಬಿಡದೆ, ಅದರ ಜೊತೆಗೆ ಕೆಳಗಿಳಿದನು. ಇಳಿದ ರಭಸಕ್ಕೆ ಕಾಲುಗಳನ್ನು ನೆಲೆಯಾಗಿ ಊರಲು ಒದ್ದಾಡಿದನು. ಆದರೆ ಅವನಿಗೆ ಆ ಅವಕಾಶ ನೀಡದೆ, ಕಾಲುಗಳನ್ನು ಊರುವ ಮೊದಲೇ ಕಾರಿ ಇನ್ನೊಮ್ಮೆ ಜಿಗಿಯಿತು.

"ಹಿಡ್ತ ಬುಟ್ಬುಡ್ಬ್ಯಾಡ! ಬುಟ್ಬುಡ್ಬ್ಯಾಡ!" ಗುಂಪಿನಿಂದ ಆತಂಕದ ಧ್ವನಿಗಳು ಎದ್ದವು.

"ಒಂದ್ ಜಿಗಿತಕ್ಕೆ ಹೆಂಗೋ ನಿಂತ್ಬುಟ್ಟ!"

"ಎಲ್ಡನೇ ಜಿಗಿತ ಕಸ್ಟ... ಎತ್ ಬಿಸಾಕ್ತದೆ"

"ಮೂಡಣ್ಹೋದ್ನೇನ್ ಕೈ ಸಡಿಲ ಆಗ್ತೈತೆ ನೋಡ್ರುಲಾ... ಬಿದ್ದ ಇನ್ನೇನು..."

ಗೂಳಿ ಮತ್ತೊಮ್ಮೆ ರಭಸದಲ್ಲಿ ಕೆಳಗಿಳಿಯಿತು. ಪಿಚ್ಚಿಯ ಕಾಲುಗಳು ಭಾರಿ ಪೆಟ್ಟು ತಿಂದು ಶಕ್ತಿ ಕಳೆದುಕೊಂಡಂತಿದ್ದವು. ಅವನ ಮುಖ ಎಲ್ಲಿತ್ತು, ಕೈಗಳು ಕೊಂಬನ್ನು ಹೇಗೆ ಹಿಡಿದಿದ್ದವು, ಗೂನನ್ನು ಹೇಗೆ ಅಪ್ಪಿಕೊಂಡಿದ್ದ, ಇದ್ಯಾವುದನ್ನೂ ಜನ ನೋಡಲು

ಅವಕಾಶ ಕೊಡದೇ ಕಾರಿ ಮೂರನೇ ಬಾರಿಯೂ ಜಿಗಿಯಿತು.

"ಓ! ಎಲ್ಡನೇ ಜಿಗಿತಾನೂ ಸಮಾಲುಸ್ಬುಟ್ಟ ಕಣ್ರಯ್ಯಾ"

"ವಾಡಿಪುರಂ ಗೂಳಿ ಸಿಕ್ಕಾಕಂಬುಡ್ತಾ ಹೆಂಗೆ?"

"ಪಿಚ್ಚೈ... ಪಿಚ್ಚೈ! ಬುಟ್ಬುಡ್ಬ್ಯಾಡ ಕಲಾ... ಈ ವಂದ್ ಜಿಗಿತ ಅಸ್ಟೇಯಾ!"

"ಗೂಳಿ ಸುಸ್ತಾದಂಗ್ ಕಾಣ್ತೈತೆ. ಮೂರ್ನೇ ಜಿಗಿತದಾಗೆ ಧಮ್ ಇಲ್ಲ!"

ಪಾದಗಳನ್ನು ನೆಲಕ್ಕೆ ತಾಕಿಸಲು ಒದ್ದಾಡುತ್ತಿದ್ದರೂ, ಗೂನು ಮತ್ತು ಕೊಂಬುಗಳ ಹಿಡಿತದಲ್ಲಿ ಪಿಚ್ಚೈ ಯಾಮಾರಲಿಲ್ಲ. ಗೂಳಿಯ ಜೊತೆಗೆ ಮೂರನೇ ಜಿಗಿತವನ್ನೂ ಯಶಸ್ವಿಯಾಗೇ ಕೈಗೊಂಡನು. ಜಿಗಿತದಿಂದ ಹೊರಗೆದ್ದ ಮಣ್ಣಿನ ಧೂಳಿನಿಂದ ಜನರಿಗೆ ಸ್ಪಷ್ಟವಾದ ಚಿತ್ರಣ ಸಿಗಲಿಲ್ಲ. ಗೂಳಿ ತಮ್ಮ ಕಡೆಗೆ ಬಂದು ಬಿಟ್ಟರೆ ಎಂಬ ಭಯದಲ್ಲಿ ಇನ್ನಷ್ಟು ಹಿಂದೆ ಸರಿದಿದ್ದರು. ಜಮೀನ್ದಾರರು ವೇದಿಕೆಯಿಂದ ಇನ್ನೇನು ಕೆಳಗೆ ಬಿದ್ದು ಬಿಡುತ್ತಾರೆಂಬಂತೆ ತುದಿಯಲ್ಲಿ ಕುಳಿತು, ಈ ಕಾಳಗವನ್ನು ವೀಕ್ಷಿಸುತ್ತಿದ್ದರು. ಸೋಲುವುದು ಕೈಗಳೋ, ಕೊಂಬುಗಳೋ ಎಂದು ಆ ಕ್ಷಣದಲ್ಲಿ ಯಾರು ತಾನೆ ಹೇಳಲು ಸಾಧ್ಯ?

ಮೂರನೆ ಬಾರಿ ಗೂಳಿ ಕೆಳಗಿಳಿಯುವಾಗ ಪಿಚ್ಚೈಯ ಕೊಂಬಿನ ಹಿಡಿತ ಸಡಿಲಗೊಂಡಿತು. ಗೂಳಿ ಕಾಲುಗಳನ್ನು ನೆಲದಲ್ಲಿ ನಿಲ್ಲಿಸಲು ಪಟ್ಟು ಹಿಡಿಯುವಾಗ ಪಿಚ್ಚೈಯ ಕೈಗಳು ಅದರ ಕೊಂಬನ್ನು ಹಿಡಿಯಲು ಯತ್ನಿಸುತ್ತಿದ್ದವು. ಕೆಲ ಕ್ಷಣಗಳು ಗೂನನ್ನು ಹಿಡಿದ ಬಿಗಿ ಹತೋಟಿಯಿಂದಲೇ ಆತ ಕೆಳಗಿಳಿಯಲು ಸಾಧ್ಯವಾದದ್ದು.

"ಪಿಚ್ಚೈ... ಪಿಚ್ಚೈ!" ಮುದುಕ ಜೋರಾಗಿ ಕಿರುಚಿದನು.

"ಅಯ್ಯೋ, ಮುಗೀತ್ಲಾ ಕತೆ"

"ಮೂರ್ನೇ ಜಿಗಿತದಾಗೂ ನಿಂತ್ಬುಟ್ನಲ್ಲ"

"ಕೇಡ್ ಕಾಲ ಕಾದ್ಯೆತೆ ಅಂತರ್ಥ"

ಪೀಪಾಯಿ ದೇಹವನ್ನು ಹೊತ್ತು ಮೂರು ಬಾರಿ ಜಿಗಿದಿದ್ದರಿಂದ ಗೂಳಿಯೂ ಆಯಾಸಗೊಂಡಿತ್ತು. ಮಡಚಿಕೊಂಡಿದ್ದ ಕಾಲುಗಳನ್ನು ಸಮಸ್ಥಿತಿಗೆ ತಂದು ನಿಲ್ಲಲು ಒದ್ದಾಡಿತು. ಪಿಚ್ಚೈ

ಅದಕ್ಕಿಂತ ಮೊದಲು ಸುಧಾರಿಸಿಕೊಂಡನು. ಕೆಳಗೆ ಬೀಳದಂತೆ ಬಲಗೈಯನ್ನೂ ಸಹ ಅದರ ಗೂನಿಗೆ ಹಾಕಿ, ಬಿಗಿಯಾಗಿ ಹಿಡಿದು ಹಿಸುಕಿ ಹಿಪ್ಪೆ ಮಾಡುವ ಹಾಗೆ ಗಟ್ಟಿಯಾಗಿ ಅಪ್ಪಿಕೊಂಡನು. ತಲೆ ತಗ್ಗಿಸಿದ್ದ ಗೂಳಿಯ ಕೊಂಬುಗಳು ಅವನ ಕೈಯಿಂದ ಕೆಲವು ಅಂಗುಲಗಳಷ್ಟು ದೂರವಿದ್ದ ಕಾರಣ ಸಲೀಸಾಗಿ ಎಟುಕಿ ಹಿಡಿಯಲು ಆಗುತ್ತಿರಲಿಲ್ಲ. ಅಲ್ಲದೆ, ಒಂದು ವೇಳೆ ಗೂಳಿ ಸುಧಾರಿಸಿಕೊಂಡು, ತನ್ನ ಕೊಂಬುಗಳು ಹಿಡಿತದಲ್ಲಿಲ್ಲ ಎಂಬುದನ್ನು ಅರಿತರೆ, ಅದು ಏನು ಮಾಡಬಹುದೆಂಬ ಊಹೆ ಆತನಿಗಿತ್ತು.

ಮೂರು ಜಿಗಿತಗಳನ್ನು ನಿಭಾಯಿಸಿ ನಿಂತವನು ಗೂಳಿಯನ್ನು ಗೆದ್ದನೆಂದೇ ಅರ್ಥ. ಆದರೆ ಒಂದು ಕಾರ್ಯ ಬಾಕಿ ಉಳಿದಿತ್ತು. ಅದರ ಹಣೆಯಲ್ಲಿ ನೇತಾಡುತ್ತಿರುವ ಚಿನ್ನದ ಪದಕ. ಅಷ್ಟರಲ್ಲಿ ಇದು ಜರುಗಿತು!

ಗೂಳಿ ಕಾಲುಗಳನ್ನು ಸರಿಪಡಿಸಿಕೊಂಡು ದೃಢವಾಗಿ ಎದ್ದು ನಿಂತಿತು. ಗೂನಿನ ಮೇಲೆ ಮಾತ್ರ ಹಿಡಿತವಿದ್ದು, ಕೊಂಬುಗಳು ಸ್ವತಂತ್ರವಾಗಿರುವುದನ್ನು ಅರಿತು ಬಲಗಡೆಗೆ ಕೊಂಬುಗಳನ್ನು ತಿರುಗಿಸಿತು. ಬಲಗೈಯನ್ನು ಗೂನಿಂದ ಹೊರ ಬೀಸಿ ಕೊಂಬನ್ನು ಚಕ್ಕೆಂದು ಹಿಡಿದನು ಪಿಚ್ಚಿ. ತಿವಿಯಲು ಯತ್ನಿಸುತ್ತಿದ್ದ ಕಾರಿ ವಿಫಲಗೊಂಡಿತು. ಪಿಚ್ಚಿಯ ಹಿಡಿತವನ್ನು ಮೀರಿ ಅದರಿಂದ ತಲೆಯನ್ನು ತಿರುಗಿಸಲು ಆಗದೆ ಅದೇ ಜಾಗದಲ್ಲಿ ಕಾಲುಗಳನ್ನು ಸುತ್ತಿಕೊಂಡು, ಇಡೀ ದೇಹವನ್ನು ಚಕ್ರದಂತೆ ಬಾಗಿಸಿ ತಿರುಗಲು ಆರಂಭಿಸಿತು. ಪಿಚ್ಚಿಯೂ ಹಿಡಿತವನ್ನು ಸಡಿಲ ಮಾಡದೆ ಅದರ ಜೊತೆಗೆ ಸುತ್ತಿದನು.

ಗೂಳಿ ಗಿರ್ ಗಿರ್‍ರನೆ ಸುತ್ತಿತು.

“ರಾಟೆ ಸುರ್ದಂಗ್ ಸುತ್ತಯ್ತೆ”

“ಹುಣ್ಸೆ ಹಣ್ ಕಿವಿಚ್ದಂಗ್ ಕಿವ್ಚಕ್ ನ್ವಾಡ್ತೈತೆ ಕಣ್ರುಲಾ!”

“ಕಪಟಧಾರಿ”

“ಹೋದ್ ಜನ್ಮದಲ್ ಮನುಷ್ಯನಾಗಿತ್ತು ಅನುಸ್ತದೆ”

“ಪಿಚ್ಚಿ ಬುಡ್ಬೇಡ! ಗೂಳಿ ಮಬ್ಬಾಗ್ತೈತೆ... ಬಿಡ್ಬೇಡ... ಇನ್ ಒಸಿ ವತ್ತು ಅಷ್ಟೆ!” ಮರುದನ್ ಕೂಗಿದನು. ಗೂಳಿಯ ಚಕ್ರದ ಸುತ್ತಿನ ವೇಗ ನಿಧಾನವಾಗಿ ಕಡಿಮೆಯಾಯಿತು. ತನ್ನ ಮೃಗ

ಸ್ವಭಾವವನ್ನು ಬಳಸಿ, ಈ ಹಿಡಿತದಿಂದ ಸಂಪೂರ್ಣ ಬಿಡುಗಡೆ ಹೊಂದಲು ಸಾಧ್ಯವಿಲ್ಲ ಎಂದು ಅರಿತ ಹಾಗೆ ಒಂದು ಕ್ಷಣ ಸ್ವಾಧೀನ ಕಳೆದುಕೊಂಡು ನಿಂತು ಬಿಟ್ಟಿತು. ಸ್ವಲ್ಪವೂ ಅಲುಗಾಡದೆ ತಲೆಯನ್ನು ಮೇಲೆತ್ತಿತು. ಬೂ–ಬೂ ಎಂದು ಏದುಸಿರು ಬಿಡುತ್ತಾ ಶರಣಾದಂತೆ ಭೂಮ್ತಾಯಿಗೆ ತನ್ನನ್ನು ಅರ್ಪಿಸಿಕೊಂಡಿತು.

ಆ ಸಮಯದಲ್ಲಿ ಗೂಳಿಯ ಎಡ ಕೊಂಬು ಸಹ ಗೂನಿನ ಬಳಿ ಬಾಗಿತು. ಅದುವೇ ಸರಿಯಾದ ಅವಕಾಶ. ಪಿಚ್ಚೆ ಅದಕ್ಕೋಸ್ಕರವೇ ಕಾಯುತ್ತಿದ್ದ ಹಾಗೆ ಗೂನಿಗೆ ಸೇರಿಸಿ ಆ ಕೊಂಬನ್ನು ಜಗ್ಗಿ ಹಿಡಿದುಕೊಂಡನು. ಹೊಸ ಹಿಡಿತವನ್ನು ಗ್ರಹಿಸಿ ತಲೆಯನ್ನು ಕೆಳಗೆ ಸರಿಸಿ, ಎಳೆಯಿತು. ಗೂಳಿಯ ಕತ್ತಿಗೆ ತನ್ನ ದೇಹವನ್ನು ಅಂಟಿಸಿಕೊಂಡು ಬಲಗಡೆಯ ಕೊಂಬನ್ನು ಕೆಳಗೆ ಒಮ್ಮೆ ಜಗ್ಗಿ, ಜೋರಾಗಿ ದಮ್ ಕೊಟ್ಟು ಒತ್ತಿದನು. ಆ ರಭಸಕ್ಕೆ ಗೂಳಿ ತಲೆಯನ್ನು ಮೇಲೆತ್ತಿ ಮೂಗಿನ ತುದಿ ಆಕಾಶವನ್ನು ನೋಡುತ್ತಾ ಉಸಿರೆಳೆದಂತೆ ಮಾಡಿತು. ಎಡಗಡೆಯ ಕೊಂಬನ್ನು ಗೂನಿನ ಕಡೆಗೆ ಒತ್ತಿದನು. ಉಸಿರಾಡಲು ಕಷ್ಟಗೊಂಡು ಗೂಳಿ ಬಾಯ್ತೆರೆಯಿತು. ಅದರ ನಾಲ್ಕು ಕಾಲುಗಳು ಸ್ಥಿರವಾಗಿ ಚೌಕದಂತೆ ಕಾಣುತ್ತಿತ್ತು. ಗೂನನ್ನು ಅಲುಗಾಡಿಸಲು ಎಷ್ಟೇ ಪ್ರಯತ್ನಿಸಿದರೂ ಅದು ವಿಫಲವಾಗುತ್ತಿತ್ತು.

ನಾಟಕದ ಕೊನೆಯ ಭಾಗ ಬಾಕಿ ಉಳಿದಿದೆ ಎಂದು ತಿಳಿದಿದ್ದರೂ ಜನರ ಉತ್ಸಾಹದ ಅಣೆಕಟ್ಟು ಒಡೆದು ಹೋಗಿತ್ತು. ಎಲ್ಲರೂ ನೆಗೆದು, ಕುಣಿದು, ಜೋರಾಗಿ ಕೂಗಿ, ಕೈ ತಟ್ಟಿ ಆರ್ಭಟಿಸಿದರು.

“ವಾಡಿಪುರಂ ಗೂಳಿ ವಾಲ್ಕಂಬುಡ್ತು ಕಣ್ರುಲಾ”

“ಮೂಡಣದೋನು ಮೂರ್ನೇ ಕಿತಾನೂ ಗೆದ್ಬುಟ್ಟ!”

“ಬಾಲ ಮುದುಡ್ಕಂಡ್ ಹೆಂಗ್ ಬಿದ್ದೈತೆ ನೋಡ್ಲಾ... ಎಂಜ್ಲು ಊಟ ತಿನ್ನೂ ನಾಯಿ ಹಂಗೆ”

ಬಲಗಡೆಯ ಕೊಂಬನ್ನು ಬಿಟ್ಟು ಪಿಚ್ಚೆ ಗೂಳಿಯ ಹಣೆಗೆ ಕೈ ಹಾಕಿದ. ರುಮಾಲನ್ನು ಕೊಂಬಿಂದ ಕೊಂಬಿಗೆ ಸುತ್ತಿ ಕಟ್ಟಲಾಗಿತ್ತು. ಅದರ ಕೆಳಗೆ ಚಿನ್ನದ ಪದಕ ನೇತಾಡುತ್ತಿತ್ತು. ಕೈ ಹಾಕಿದ ಕೂಡಲೇ ಜೋರಾಗಿ ಎಳೆದನು. ಚಿನ್ನದ ಪದಕ, ಅಲಂಕಾರದ ವಸ್ತುಗಳು

ಮತ್ತು ರುಮಾಲು ಎಲ್ಲವೂ ಒಮ್ಮೆಲೆ ಅವನ ಕೈ ಸೇರಿದವು. ಅದನ್ನು ಹಾಗೆ ಬಾಯಲ್ಲಿ ಕಚ್ಚಿಕೊಂಡನು. ತನ್ನ ಕಾಲುಗಳಿಂದ ಕಾರಿಯ ಗೂನನ್ನು ಅದುಮಿ, ಎದುರು ದೆಸೆಯಲ್ಲಿ ಹಿಂದೆ ನೆಗೆದನು.

ಅಷ್ಟೇನೂ ಜೋರಾದ ನೆಗೆತವೂ ಅಲ್ಲ ಅದು. ಆದರೆ ಆಯಾಸಗೊಂಡಿದ್ದ ಪರಿಸ್ಥಿತಿಯಲ್ಲಿ ಪಿಚ್ಚಿಗೆ ಆ ನೆಗೆತವನ್ನು ಸಮಾಲಿಸಲಾಗದೆ ಕಾಲು ಎಡವಿತು. ಉಳುಕಿದ ಹಾಗೆ ಬಾಗಿ, ಅಂಗಾತ ಬಿದ್ದು ಬಿಟ್ಟನು. ಬಾಯಲ್ಲಿ ಕಚ್ಚಿಕೊಂಡಿದ್ದ ಚಿನ್ನ, ರುಮಾಲು ಎಲ್ಲಾ ಚದುರಿ ಬಿದ್ದವು.

"ಅಯ್ಯೋ! ಗೂಳಿ ಎದ್ದೇಳ್ತೈತೆ"

"ಓಯ್ತ್ ಓಯ್ತ್! ಗೂಳೀನ್ ಓಡುಸ್ರಪ್ಪಾ"

"ತಿವ್ದ್ ಕೊಂದಾಕ್ಬುಡ್ತೈತೆ... ಓಡುಸ್ರೋ!"

ಜನ ಬೊಬ್ಬೆಯಿಟ್ಟರು.

ಬಿಡುಗಡೆಗೊಂಡ ಗೂಳಿ ಸೇಡಿನಿಂದ ಪಿಚ್ಚೆಯ ಕಡೆ ತಿರುಗಿತು. ಮೃಗದ ಹಸಿವಿಗೆ ಹೊಸ ವೇಗ ದೊರೆತ ಹಾಗೆ ಬೇಟೆಯನ್ನು ಅಸಹಾಯಕ ಸ್ಥಿತಿಯಲ್ಲಿ ಕಂಡ ಹಾಗೆ ರೊಚ್ಚಿಗೆದ್ದಿತು. ಅಲುಗಾಡದೆ ಅಂಗಾತ ಬಿದ್ದಿದ್ದ ಪಿಚ್ಚೆಯನ್ನು ಕಂಡ ಗೂಳಿ ಅವನನ್ನು ತಿವಿಯಲು ಕೊಂಬನ್ನು ನೆಲದ ಕಡೆ ಬಾಗಿಸಿಕೊಂಡೆ ಅವನ ಬಳಿ ನೆಗೆಯಿತು.

"ಡುರ್ರೀ! ಡುರ್ರೀ!!"

ಗೂಳಿಯ ಹಿಂದೆಯಿಂದ ಗರ್ಜಿಸಿ ಅದರ ಗಮನವನ್ನು ಸೆಳೆಯಲು ನೋಡಿದನು ಮರುದನ್. ಆದರೆ ಇಷ್ಟೊತ್ತೂ ಸೆರೆಗೊಂಡ ಸ್ಥಿತಿಯಲ್ಲಿದ್ದ ಗೂಳಿ ಅತೀವ ರೋಷದಲ್ಲಿ ನುಗ್ಗುತ್ತಿತ್ತು. ಅದರ ಕಿವಿಗೆ ಯಾವ ಡುರ್ರೀಯು ಕೇಳಲಿಲ್ಲ. ಕೇಳಿಸಿದರೂ ಅದನ್ನು ಲೆಕ್ಕಿಸದೆ ಕೊಂಬುಗಳನ್ನು ಅತ್ತಿತ್ತ ಆಡಿಸುತ್ತ ನೆಲದಲ್ಲಿ ಬಿದ್ದಿರುವ ದೇಹವನ್ನು ತಿವಿಯಲು ಮುಂದಾಗಿತ್ತು. ಆತ ಬಿದ್ದದ್ದಕ್ಕೆ ಅಡ್ಡವಾಗಿ ಗೂಳಿ ನುಗ್ಗುತ್ತಿರುವುದರಿಂದ, ಅದರ ಕೊಂಬುಗಳು ಅವನ ಕರುಳಿಗೆ ನೇರವಾಗಿ ಬರುತ್ತಿದ್ದವು. ತಲೆಯೆತ್ತಿ ನೋಡಿದ ಪಿಚ್ಚೆ ಅಪಾಯವನ್ನು ಅರಿತುಕೊಂಡನು. ಸರ್ಕಸ್‌ಗಾರನ ಹಾಗೆ ಅಂಗಾತದ ಸ್ಥಿತಿಯಲ್ಲೆ ಬೆನ್ನನ್ನು ತುಸು ಮೇಲೆತ್ತಿ ತಿರುಗಿ, ಕಾಲುಗಳಿಗೆ ನೇರವಾಗಿ ಬರುತ್ತಿರುವ ಗೂಳಿಯ ಮೂಗಿಗೆ ಜೋರಾಗಿ ಒದ್ದನು. ಬಲವಾದ

ಏಟಿಗೆ ತತ್ತರಿಸಿ ಹೋದ ಗೂಳಿ, ಉಸಿರುಗಟ್ಟಿದಂತಾಗಿ ಅವನ ಕಾಲುಗಳ ನಡುವೆ ಕೊಂಬನ್ನು ನುಗ್ಗಿಸಲು ಯತ್ನಿಸಿತು. ಎದೆಗೆ ನೇರವಾಗಿದ್ದ ಅದರ ಕೊಂಬುಗಳನ್ನು ಹಿಡಿದುಕೊಂಡು ಹಿಂದೆ ತಳ್ಳಿದನು ಪಿಚ್ಚೆ. ಆದರೆ ಕಾರಿಯನ್ನು ಹಿಂದೆ ತಳ್ಳಲು ಇನ್ನಷ್ಟು ಬಲ ಬೇಕಾಗಿತ್ತು. ಪಿಚ್ಚೆಯ ಕೈಗಳು ಮಡಚಿಕೊಂಡವು. ಗೂಳಿಯ ಕೊಂಬುಗಳು ಅವನ ಎದೆಗೆ ನೇರವಾಗಿ ಬರುತ್ತಲೆ ಇದ್ದವು.

"ಗೂಳೀನ್ ಓಡ್ಸು!" ಜಮೀನ್ದಾರ್ರು ವೇದಿಕೆಯಿಂದ ಗಾಬರಿಯಲ್ಲಿ ಕೂಗಿದರು.

"ಮರುದಾ... ಲೇ ಮರುದಾ!" ಮುದುಕನ ಆತಂಕ.

'ಒಂದು ಗೂಳಿಗೆ ಒಬ್ಬ' ಎಂಬ ವಿಧಿಯನ್ನು ಅನುಸರಿಸುವ ಪರಂಪರೆಯಿಂದ ಬಂದಿರುವ ಮರುದನಿಗೆ, ದನವನ್ನು ಅಡಗಿಸುವಾಗ ಸಹಾಯ ಮಾಡುವುದು ತಪ್ಪು, ಆದರೆ ಪ್ರಾಣಕ್ಕೆ ಅಪಾಯ ಬಂದಾಗ ಸಹಾಯಕ್ಕೆ ನಿಲ್ಲಬಹುದೆಂಬುದು ತಿಳಿದಿತ್ತು. ಇದೇ ಆ ಸಮಯ ಎಂಬುದನ್ನು ಅರಿತನು.

ಧಬ್ಬೆಂದು ಮೊದಲ ಸಾಲಿನಿಂದ ಹಾರಿ ಗೂಳಿಯ ಬಾಲವನ್ನು ಒಂದು ಸುತ್ತು ಸುತ್ತಿ, ಜೋರಾಗಿ ಎಳೆದನು. ಚುರ್ ಎಂಬ ನೋವಿನಿಂದ ಗೂಳಿ ತನ್ನ ಬೇಟೆಯನ್ನು ಬಿಟ್ಟು, ಬಾಲದ ಕಡೆ ತಿರುಗಿ ತಲೆಯೆತ್ತಿ ನೋಡಿತು. ತಲೆಯೆತ್ತಿದ ರಭಸಕ್ಕೆ ಕೊಂಬನ್ನು ಬಿಗಿಯಾಗಿ ಹಿಡಿದಿದ್ದ ಪಿಚ್ಚೆಯೂ ನೆಲದಿಂದ ಮೇಲೆದ್ದನು. ಬಿಗಿಯನ್ನು ಬಿಟ್ಟು ದೂರ ಸರಿಯಲು ಅವಕಾಶವಿರಲಿಲ್ಲ. ಗೂಳಿ ಥಟ್ಟನೆ ತಿರುಗಲು 'ಸಥಕ್' ಎಂಬ ಸದ್ದು ಕೇಳಿಸಿತು. ಪಿಚ್ಚೆಯ ಕೆಳ ತೊಡೆಯೊಳಗೆ ಕೊಂಬು ಇಳಿದಿತ್ತು. ಗೂಳಿ ಇನ್ನಷ್ಟು ತಿರುಗಲು, ಕೊಂಬಿನ ಜೊತೆ ತೊಡೆಯೂ ತಿರುಗಿತು. ತೊಡೆ ಹರಿದು ರಕ್ತ ಸೋರಲು... ಕೆಳಗೆ ಬಿದ್ದನು ಪಿಚ್ಚೆ.

ತಿರುಗಿದ ಗೂಳಿ ಮರುದನ್ ಅನ್ನು ತಿವಿಯಲು ಯತ್ನಿಸುತ್ತಲಿತ್ತು. ಗೂಳಿ ತಿರುಗಲು, ಬಿಗಿಯಾಗಿ ಹಿಡಿದ ಬಾಲದ ಜೊತೆ ಮರುದನೂ ತಿರುಗಿದನು. ಅವನು ಮತ್ತು ಕಾರಿ ಐದಾರು ಸುತ್ತುಗಳು ಬುಗುರಿಯಂತೆ ತಿರುಗಿದರು. ಗೂಳಿ ಅವನನ್ನು ತಿವಿಯಲು ನೋಡುತ್ತಿದೆ, ಮರುದನ್ ಸಮಯ ನೋಡಿ ಎಗರಲು ನೋಡುತ್ತಿದ್ದಾನೆ. ಜನರೆಲ್ಲರ ಕಣ್ಣು ಮರುದನ್ ಕಡೆಗೆ, ಆದರೆ

ಮರುದನ್ ಮಾತ್ರ ಪಿಚ್ಚೆಯನ್ನು ಗಮನಿಸುತ್ತಿದ್ದಾನೆ. ಗೂಳಿಯಿಂದ ಪಿಚ್ಚೆಗೆ ಸದ್ಯಕ್ಕೇನೂ ಅಪಾಯವಿಲ್ಲವೆಂಬುದನ್ನು ತಿಳಿದುಕೊಂಡ ಮರುದನ್ ಬಾಲವನ್ನು ಇನ್ನೊಮ್ಮೆ ಜೋರಾಗಿ ಎಳೆದು, ಕೈ ಬೀಸಿ ಜನರ ಗುಂಪಿನೊಳಗೆ ಸೇರಿಕೊಂಡನು.

ತನ್ನ ಮೊದಲ ಬೇಟೆಯನ್ನು ಕಿತ್ತುಕೊಂಡು, ಎರಡನೆ ಬೇಟೆಯೂ ತಪ್ಪಿಸಿಕೊಂಡದ್ದು ಕಾರಿಗೆ ಸಹಿಸಲಾಗಲಿಲ್ಲ. ಇದರ ಜೊತೆಗೆ ಬಾಲದ ನೋವು ಬೇರೆ. ಹುಚ್ಚು ಹಿಡಿದ ಹಾಗೆ ಜೋರಾಗಿ ಗುಟುರುತ್ತಾ, ಕೊಂಬುಗಳನ್ನು ಎಲ್ಲಾ ದಿಕ್ಕುಗಳಲ್ಲೂ ತಿರುಗಿಸಿ, ಕಾಲುಗಳಿಂದ ನೆಲವನ್ನು ಕೆದರಿ, ಗಡ್ಡೆ ಗಡ್ಡೆಯಾಗಿ ಮಣ್ಣನ್ನು ಹೊರ ಹಾಕುತ್ತಾ, ಆಕ್ರೋಶದಿಂದ ಹಿಂದೆ ಮುಂದೆ ಅಲೆದಾಡುತ್ತಿತ್ತು. ಸಾಮಾನ್ಯವಾಗಿ ಅದು ಓಡುತ್ತಿದ್ದ ದಾರಿ ಅದರ ಕಣ್ಣಿಗೆ ಕಾಣಲಿಲ್ಲ. ಗೂಳಿಯ ಆಕ್ರೋಶವನ್ನು ಕಂಡು ಜನ ಚೆಲ್ಲಾಪಿಲ್ಲಿಯಾದರು.

ಅದು ಈಗ ಯಾವ ಕಡೆಗೆ ಹಾರುತ್ತದೆ ಎಂಬುದು ಗೊತ್ತಿಲ್ಲ.

ದಿಢೀರೆಂದು ಗುಂಪಿನೊಳಗೆ ನುಗ್ಗಿ ಸಿಕ್ಕವರನ್ನು ಧ್ವಂಸ ಮಾಡುತ್ತಾ ಓಡಿತು. 'ಸದಕ್! ಸಥಕ್!' ಗೂಳಿಯ ಕೊಂಬುಗಳಲ್ಲಿ ಕ್ಷಣಕ್ಕೊಮ್ಮೆ ಹೊಸ ಹೊಸ ರಕ್ತವು ಸೋರುತ್ತಲಿತ್ತು.

"ಎತ್ಲಾ... ಎತ್ಲಾ! ಆಸ್ಪತ್ರೀಗೆ!" ಎಂದು ಪಿಚ್ಚೆಯ ಸುತ್ತಲೂ ಧ್ವನಿಗಳೆದ್ದವು. ಎಲ್ಲರ ಮುಖಗಳಲ್ಲೂ ಆತಂಕ. ಗಬಕ್ ಗಬಕ್ ಎಂದು ತೊಡೆಯಿಂದ ಹೊರ ಚಿಮ್ಮುತ್ತಿದ್ದ ರಕ್ತವನ್ನು ತಡೆದು ಬಿಗಿಯಾಗಿ ಬಟ್ಟೆಯನ್ನು ಕಟ್ಟುತ್ತಿದ್ದರು. ನಾಲ್ಕು ಜನರು ಅವನನ್ನು ಮೇಲೆತ್ತಲು, ನೋವನ್ನು ತಡೆಯಲಾರದೆ ಹಲ್ಲು ಕಚ್ಚಿಕೊಂಡು, ಯಾರನ್ನೋ ಹುಡುಕುವ ಹಾಗೆ ತಲೆಯೆತ್ತಿದನು.

"ಇಗೋ... ಇಲ್ಲೀವ್ನಿ ಪಿಚ್ಚಿ!" ಎಂದು ಭಾವುಕನಾದ ಮರುದನ್ ಅವನ ಪಕ್ಕಕ್ಕೆ ಬಂದು ಕೂಗಿದನು. "ಅಪ್ಪನ್ ಮಾನ ಕಾಪಾಡ್ಬುಟ್ಟೆ ಕಲಾ!"

"ಹವ್ದು ಮರುದ... ಅಪ್ಪಯ್ಯ ಇದ್ದಿದ್ರೆ ಸಂತೋಸ ಪಟ್ಟಿರೋರು..." ಎಂದು ಕಿತ್ತು ತಿನ್ನುವ ನೋವಿನಲ್ಲಿ ಸಣ್ಣ ನಗುವಿನೊಂದಿಗೆ ಗೊಣಗಿದನು ಪಿಚ್ಚೆ. "ರಾಕ್ಷಸ ಕಲಾ ಅದು... ಹೆಂಗ್ ಬುಗ್ರಿ ಹಂಗ್ ಸುತ್ತಾಡುಸ್ಬುಡ್ತು ನೋಡು"

"ನೀನೇನ್ ಕಮ್ಮೀನಾ... ರಾಕ್ಷಸನ್ ಅಪ್ಪ ನೀನು!"

"ನಿನ್ ಆಯಸ್ಸಿಗೆ ಇದೊಂದ್ ಸಾಕು ಬುಡ್ಲಾ ಮಗಾ"

"ಇನ್ನೊಂದ್ ತಲೆಮಾರಿಗ್ ಈ ಪಂದ್ಯ ಗಟ್ಟಿಯಾಗ್ ನಿಲ್ತದೆ"

"ಸೆಲ್ಲಾಯಿ ಜಲ್ಲಿಕಟ್ಟಿನಾಗೆ ಇಂಥಾ ಪಂದ್ಯನ ಇಲ್ಲಿತಂಕ ಯಾವನೂ ನೋಡೇ ಇಲ್ಲ ಬುಡು"

ಎಲ್ಲರ ಹೊಗಳಿಕೆಯ ಮಾತುಗಳು ಪಿಚ್ಚೆಯ ಕಿವಿಗೆ ಸ್ಪಷ್ಟವಾಗಿ ಬಿದ್ದವು. ನೋವಿನಲ್ಲಿ ಸಣ್ಣ ನೆಮ್ಮದಿ.

"ಮರುದಾ! ಅದೆಲ್ಲಾ ಎಲ್ಲಿ?" ಎಂದು ಆಯಾಸದ ಧ್ವನಿಯಲ್ಲಿ ಕೇಳಿದನು ಪಿಚ್ಚೆ.

"ಎಲ್ಲಿ ಮೆಡಲು? ರೇಷ್ಮೆ ರುಮಾಲ್ ಎಲ್ರಯ್ಯಾ? ಚಿನ್ನದ ಪದಕ ಎಲ್ಲೋಯ್ತು?" ಒಂದಷ್ಟು ಧ್ವನಿಗಳು ಒಟ್ಟುಗೂಡಿದವು.

ಜನ ಸಂದಣಿಯನ್ನು ಸೀಳಿ ಮುಂದೆ ಬರಲಾಗದೆ, ಪಿಚ್ಚೆಯನ್ನು ನೋಡಲು ಹಂಬಲಿಸುತ್ತಿದ್ದ ಮುದುಕ ಹಿಂದೆಯಿಂದಲೇ "ಇದೋ... ಇಲ್ಲೈತೆ" ಎಂದು ಕೂಗಿದನು. "ಜಾಗ ಬುಡ್ರಪ್ಪ" ಮುದುಕ ಗಡಿಬಿಡಿಯಲ್ಲಿ ನುಗ್ಗಿಕೊಂಡು ಮುಂದೆ ಬಂದನು. "ಜರ್ಕಳಿ... ಜಾಗ ಜಾಗ"

"ತಗಾ ಪಿಚ್ಚೆ" ಎಂದು ಅತೀವ ಭಾವುಕತೆಯಿಂದ ಮಾತು ಬಾರದೆ, ಗೂಳಿಯನ್ನು ಅಡಗಿಸಿ ಗಳಿಸಿದ ಅಷ್ಟೂ ಸಾಮಾನುಗಳನ್ನು ಪಿಚ್ಚೆಯ ಕೈಗಿತ್ತನು. "ತಗಾ, ಎಲ್ಲಾ ಸರ್ಯಾಗೈತಾ ನೋಡ್ಕ. ನೀ ಸಾಮಾನ್ಯದೋನಲ್ಲ ಮಗಾ... ನೀನ್ ಹುಲಿಗ್ ಹುಟ್ಟೋನು, ಅಪ್ಪನ್ ಹೆಸ್ರು ನಿಲ್ಲಂಗ್ ಮಾಡ್ಬುಟ್ಟೆ ಕಲಾ... ಇನ್ನೇನ್ ಯೋಳ್ಲಿ ನಾನು?" ಅವನ ಕಣ್ಣುಗಳಿಂದ ನೀರು ಧಾರೆಯಾಗಿ ಇಳಿಯಲಾರಂಭಿಸಿತು.

ಕೈಯಲ್ಲಿದ್ದ ರೇಷ್ಮೆ ರುಮಾಲನ್ನು ಮತ್ತು ಹೊಳೆಯುತ್ತಿದ್ದ ಚಿನ್ನವನ್ನು ನೋಡಿ ಪಿಚ್ಚೆ "ಅಜ್ಜಯ್ಯಾ... ಎಲ್ಲಾ ನಿಮ್ ಆಸೀರ್ವಾದ" ಎಂದನು.

"ಲೇ ಹೋಗ್ಲಾ... ಸುಮ್ ಸುಮ್ಕೆ ಮನ್ಸುನ್ ತಲೆ ಮ್ಯಾಕೆ ಕಿರೀಟ ಮಡುಗ್ಬಾರ್ದು" ಎಂದು ಪ್ರೀತಿಯಿಂದ ಗದರಿದನು ಮುದುಕ. "ಎಲ್ಲಾ ಆ ತಾಯಿ ಅನುಗ್ರಹ... ಕಣ್ಣಿಗೊತ್ಕಂಡು ಅವ್ಳ ಹೆಸ್ರ್ ಯೋಳು... ಕೈ ಮುಗಿ"

ಪಿಚ್ಚೆ ಕೈಗಳನ್ನು ಮೇಲೆತ್ತಿ ಮುಗಿದು ಸೆಲ್ಲಾಯಿಯನ್ನು ನೆನೆದನು.

“ಹಿಂಗೇ ಮಾತಾಡ್ಕಂಡ್ ನಿಂತ್ರೆ ಹೆಂಗ್ರಪ್ಪೋ?”

“ಎತ್ರೀ ಆಸ್ಪತ್ರೆಗೆ”

“ರಕ್ತ ಹೆಂಗ್ ಉಯ್ತೈತೆ ನೋಡಿ”

“ಅದೇನಿಲ್ಲ ಕಣ್ಲಾ, ತೊಡೆಗ್ ತಿವ್ದೈತೆ ಅಸ್ಟೆ... ವಂದ್ ವಾರದಾಗೆ ಸರೋಯ್ತದೆ. ಭಯ ಬೀಳ್ಬ್ಯಾಡಿ”

“ಬೇವಿನೆಣ್ಣೆ ಕಾಯ್ಸಿ ಬುಟ್ರೆ ಸಾಕು”

“ಮದ್ಲು ಆಸ್ಪತ್ರೆಗ್ ನಡೀರಪ್ಪಾ... ಆಮ್ಯಾಕ್ ಅವ್ರೇನ್ ಯೋಳ್ತಾರ್ ಕ್ಯೋಳುಮಾ”

ಪಿಚ್ಚೆಯನ್ನು ಎತ್ತಿದರು.

“ಅಜ್ಜಯ್ಯ” ಎಂದು ಮುದುಕನ ಮುಖವನ್ನು ನೋಡಿ ಹೇಳಿದನು ಪಿಚ್ಚೆ: “ನನ್ನ ಮದ್ಲು ಜಮೀನ್ದಾರ್ ತಾವ ಎತ್ಕಂಡ್ ಹ್ವಾಗಿ!”

“ಅಲ್ಲ ಕಣಪ್ಪಾ ಇನ್ನೂ ರಕ್ತ...” ಎಂದು ಒಬ್ಬ ಬಾಯಿ ತೆಗೆಯಲು,

“ಅವ್ನ್ ಕ್ಯೋಳ್ತಾವ್ನೆ, ಎತ್ರುಲಾ” ಎಂದು ಮುದುಕ ಅಧಿಕಾರ ಧ್ವನಿಯಲ್ಲಿ ಹೇಳಿದನು.

ಅದೇ ಸಮಯದಲ್ಲಿ ಅಲ್ಲಿದ್ದವರ ನಡುವೆ ಸಣ್ಣ ಸಂಚಲನವುಂಟಾಯಿತು.

“ಜಮೀನ್ದಾರ್ರೇ ಬಂದ್ಬುಟ್ರು!”

“ಏ ನಾಯಿಗಳಾ... ಜಾಗ ಬುಡ್ರುಲಾ!”

“ಓ ಕೈಯ್ಯಾಗೆ ಜರಿಗೆ ದುಪ್ಪಟ್ಟಾ ಹಿಡ್ಕಂಡ್ ಬತ್ತಾವ್ರೆ”

“[illegible]... [illegible]...”

ಜಮೀನ್ದಾರರು ಅವನ ಮುಂದೆ ಬಂದು ನಿಂತರು. ಅವರನ್ನು ಕಂಡ ಕೂಡಲೇ ಪಿಚ್ಚೆಯ ಮುಖದಲ್ಲಿ ಧರ್ಮ ಸಂಕಟದ ಛಾಯೆ ನುಸುಳಿತು. ಅವರಿಗೆ ಗೌರವ ನೀಡಲು ತನ್ನ ಶಕ್ತಿ ಮೀರಿ ಏಳಲು ಯತ್ನಿಸಿದನು. ಪದಕ ಮತ್ತು ರುಮಾಲು ಹಿಡಿದ ಕೈಯನ್ನು ಮೇಲೆತ್ತಿ “ಮಾರಾಜ್ರೇ... ನಮಸ್ಕಾರ ಅಯ್ಯಾ” ಎಂದನು. ಅವನ ಧ್ವನಿ ನಡುಗಿತು. ಪದಗಳನ್ನು ಪೋಣಿಸಲು ಹಿಂಜರಿದನು.

ಜಮೀನ್ದಾರ್ ಅವನನ್ನು ಒಮ್ಮೆ ಅಳತೆಯಿಡುವ ಹಾಗೆ ದೀರ್ಘವಾಗಿ ನೋಡಿದರು. ತೊಡೆಗೆ ಕಟ್ಟಿದ್ದ ಬಟ್ಟೆ, ಬಟ್ಟೆಯಿಂದ ತೊಟ್ಟಿಕ್ಕುತ್ತಿದ್ದ ರಕ್ತವನ್ನೂ ಗಮನಿಸಿದರು. ಏನನ್ನೂ ಮಾತನಾಡದೆ ಒಂದು ಮಂದವಾದ, ಆದರೆ ಮೆಚ್ಚುಗೆ ನೀಡುವ ಮುಗುಳ್ನಗುವನ್ನು ಬೀರಿ, ಅವನ ಕಣ್ಣುಗಳನ್ನು ನೋಡುತ್ತಾ ತಮ್ಮ ಕೈಯಲ್ಲಿದ್ದ ಜರಿಗೆ ದುಪ್ಪಟ್ಟಾವನ್ನು ಅವನ ಕೈಗಳಲ್ಲಿ ಇಟ್ಟರು. ನಂತರ ಅದರ ಮೇಲೆ ನೂರು ರೂಪಾಯಿಯ ನೋಟನ್ನು ತುರುಕಿದರು. ಪಿಚ್ಚಿ ಭದ್ರವಾಗಿ ಹಿಡಿದುಕೊಂಡ.

ಕೈ ತುಂಬಾ ಹರಡಿಕೊಂಡಿದ್ದ ಅವುಗಳನ್ನೆಲ್ಲಾ ನೋಡಿ ಪಿಚ್ಚಿ ಒಮ್ಮೆ ತನ್ನನ್ನೇ ಮರೆತು ಬಿಟ್ಟನು. ಉಕ್ಕಿ ಬಂದ ದುಃಖವನ್ನು ನೀಗಿಸಲು ಜಮೀನ್ದಾರರ ಬಳಿ ಮನಸು ಬಿಚ್ಚಿ ಮಾತಾಡಬೇಕೆನಿಸಿತು. ಹಿಂಜರಿಕೆಯಿಂದ ಹೇಳಿದನು. "ಅಯ್ಯಾ. ಮಾರಾಜ್ರೇ... ಜಮೀನ್ ಗೂಳೀನ ಹಿಡೀಬೇಕು ಅನ್ನೋ ಧಿಮಾಕ್ನಾಗೆ ಈ ನಾಯಿ ಬರ್ನಿಲ್ಲರೀ... ಪ್ರಾಣ ಬುಡಕ್ಕೊ ಮದ್ಲು ನನ್ನಪ್ಪಯ್ಯಾ ಯೋಳುದ್ರು, 'ಪಿಚ್ಚಿ ನೀನಾನ ಆ ಕಾರಿ ಕತ್ತೇನಾ...' " ಹೇಳಿ ಮುಗಿಸುವಷ್ಟರಲ್ಲಿ ಅವನ ಕಣ್ಣುಗಳಲ್ಲಿ ನೀರು ತುಂಬಿದ್ದವು.

"ಅದೆಲ್ಲಾ ಈಗ್ಯಾಕ್ಲಾ! ಅಪ್ಪುನ್ ರಕ್ತ ಮಗನೊಳಿಕ್ ಇಲ್ದೇ ಇರ್ತದ..." ಅವನನ್ನು ಅರ್ಥ ಮಾಡಿಕೊಂಡವರ ಹಾಗೆ ಮಂದಹಾಸ ಬೀರಿ "ಎತ್ರೋ ಆಸ್ಪತ್ರೇಗೆ. ನಮ್ ಜಮೀನ್ ಗಾಡೀಲೇ ಕರ್ಕಂಡ್ ಹೋಗಿ" ಎಂದರು.

ಮತ್ತೊಮ್ಮೆ ಕೈ ಮುಗಿದನು ಪಿಚ್ಚಿ. ಜನ ಅವನನ್ನು ಸಲೀಸಾಗಿ ಎತ್ತಿಕೊಂಡು ಹೊರಟರು, ನೆರೆದಿದ್ದ ಜನ ಆತನನ್ನು ವೀರನ ರೀತಿಯಲ್ಲಿ ಕಳುಹಿಸಿಕೊಟ್ಟರು. ಜೈಕಾರಗಳು, ಚಪ್ಪಾಳೆಗಳು ನಿಲ್ಲಲೇ ಇಲ್ಲ. ಆತನನ್ನು ಗಾಡಿಯವರೆಗೂ ಕೊಂಡೊಯ್ಯುವುದನ್ನು ನಿಂತು ನೋಡುತ್ತಲೇ ಇದ್ದರು ಜಮೀನ್ದಾರರು.

"ಕಾರಿ ಮಣ್ ಮುಕ್ಬುಟ್ತು"

"ಜಮೀನ್ ಗೂಳೀನೇ ಮೂಡಣ್ಣೋನ್ ಮುಗುಸ್ಬುಟ್ ಹೊಂಟೋದ, ಸಬ್ಬಾಸ್"

"ಪೆರಿಯಪಟ್ಟಿ ಜಮೀನ್ ಗೂಳಿ ವಾಡಿವಾಸಲ್ ಅಲ್ಲಿ ಸೋತೋಯ್ತು!"

ಜಮೀನ್ದಾರರು ಎಲ್ಲರ ಮಾತುಗಳನ್ನು ಕೇಳಿಸಿಕೊಂಡರು. ಎಲ್ಲವೂ ಮಾರ್ದನಿಸಿದ ಹಾಗೆ ಭ್ರಮೆಯುಂಟಾಯಿತು. ಅವರ ಮುಖಚರ್ಯೆ ದಿಢೀರನೆ ಬದಲಾಗಿ, ತಿರಸ್ಕಾರವನ್ನು ತೋರಿದರು. ಶೂನ್ಯ ನೋಟ ಬೀರುತ್ತಾ "ಗೂಳಿ ಎಲ್ಲೈತೆ ಈಗ?" ಎಂದು ಕೇಳಿದರು.

"ಅದೋ! ಅಲ್ಲಿ ನದಿ ತೀರದಾಗೆ ಮಣ್ಣು ಕೆದಕ್ತಾ ಐತೆ"

"ಹತ್ತು ಮಂದೀನಾ ತಿವಿದಾಕ್ಕೈತಂತೆ"

"ಇನ್ನೂ ಅದ್ರ ಆಕ್ರೋಸ ಕಮ್ಮಿ ಆದಂಗ್ ಕಾಣ್ತಿಲ್ಲ. ಆ ಸಣ್ ಹುಡ್ಗನ್ನೂ ಹತ್ರ ಬರೂಕ್ ಬಿಡ್ತಿಲ್ಲ"

ಒಬ್ಬೊಬ್ಬರು ಒಂದೊಂದು ವಿವರ ನೀಡಿದರು.

"ಒಸಿ ಹೊತ್ತು ದನ ಬುಡಾದ್ನ ನಿಲ್ಸಿ... ಬನ್ನಿ ಹೋಗುಮಾ" ಎಂದು ಜಮೀನ್ದಾರರು ಹೊಳೆ ಹರಿಯುವ ದಾರಿಯ ಕಡೆ ಹೆಜ್ಜೆ ಹಾಕಿದರು. ಅವರ ಮುಖದಲ್ಲಿದ್ದ ತೀವ್ರತೆಯನ್ನು ಕಂಡು, ಅವರು ಏನು ನಿರ್ಧಾರ ತೆಗೆದುಕೊಳ್ಳಲಿದ್ದಾರೆಂದು ತಿಳಿಯದ ಜನರು ಅವರ ಹಿಂದೆ ಮುಂದೆ ನದಿಯ ಕಡೆ ಓಡಿದರು.

ನಡು ನೀರಿನಲ್ಲಿ ನಿಂತಿತ್ತು ಕಾರಿ. ಮದವೇರಿದ ಆನೆಯ ಹಾಗೆ ತಾನು ಮಾಡುತ್ತಿರುವ ಕಾರ್ಯದ ಅರ್ಥ ತಿಳಿಯದೆ ಕೊಂಬುಗಳಿಂದ ಚುಚ್ಚಿ ಮರಳನ್ನು ಎತ್ತಿ ಗಾಳಿಯಲ್ಲಿ ತೂರುತ್ತಿತ್ತು. ಕಾಲಿಗೆ ಸಿಕ್ಕಷ್ಟು ಮರಳನ್ನು ಕೆದಕಿ ಹೊರ ತೆಗೆಯುತ್ತಿತ್ತು. ಅದರ ಕಪ್ಪು ಬೆನ್ನು ಮರಳಿನಿಂದ ತುಂಬಿ ಹೋಗಿತ್ತು. ರಕ್ತ ಅಂಟಿದ್ದ ಅದರ ಕೊಂಬುಗಳಿಗೆ ಮರಳು ಮೆತ್ತಿಕೊಂಡು ಕೆಸರಲ್ಲಿ ಅದ್ದಿದ ಹಾಗೆ ಕಾಣುತ್ತಿತ್ತು. ಅದರ ಅಟ್ಟಹಾಸವನ್ನು ಕಂಡ ಯಾವೊಬ್ಬರೂ ಹತ್ತಿರ ಹೋಗಲು ಭಯ ಪಟ್ಟರು.

[illegible] ಹತ್ತಿರದಿಂದಲೇ ತನ್ನ ಪರಿವಾರದವರೊಡನೆ ನಿಂತು ಕಾರಿಯನ್ನು ದಿಟ್ಟಿಸಿ ನೋಡುತ್ತಿದ್ದರು ಜಮೀನ್ದಾರರು. ಜನರ ಗುಂಪು ಅವರನ್ನೊಮ್ಮೆ, ಕಾರಿಯನ್ನೊಮ್ಮೆ ಪದೆ ಪದೆ ನೋಡುತ್ತಾ ನಿಂತಿತ್ತು. ಅವರವರಿಗೆ ಅನಿಸಿದ ಅಭಿಪ್ರಾಯಗಳನ್ನು ಒಬ್ಬರ ಕಿವಿಗೆ ಒಬ್ಬರು ಗುಸುಗುಟ್ಟಿಕೊಂಡರು. ಗೂಳಿಯ ಹಿಂದೆ ಒಂದಷ್ಟು ದೂರದವರೆಗೂ ಯಾರಾದರೂ ನಿಂತಿದ್ದಾರೆಯೇ ಎಂದು

ಜಮೀನ್ದಾರರು ನೋಡಿದರು. ಯಾರೂ ಸಹ ಅಪಾಯದ ಎಲ್ಲೆಯೊಳಗೆ ಇಲ್ಲವೆಂಬುದನ್ನು ಖಾತರಿ ಪಡಿಸಿಕೊಂಡು, ಸೊಂಟಕ್ಕೆ ಕಟ್ಟಿಕೊಂಡಿದ್ದ ಒರೆಯಿಂದ ರಿವಾಲ್ವರ್ ಅನ್ನು ತೆಗೆದರು.

ಅವರ ದೇಹ ನಡುಗಿತು. ಸೋತು ತನ್ನ ಜಮೀನ್ ಹೆಸರಿಗೆ ಕಳಂಕ ತಂದು ಕೊಟ್ಟಿದ್ದ ಕಾರಿ ಇನ್ನೂ ಮರಳೆರಚಿಕೊಂಡು ಅವರ ಮುಂದೆಯೇ ಮೊರಗುತ್ತಾ ನಿಂತಿತ್ತು.

"ನಿಂಗೆ ಈ ಗರ್ಜನೆ ಬ್ಯಾರೆ ಕೇಡು" ಎಂದು ಬಾಯಿ ಬಿಟ್ಟು ನಕ್ಕರು ಜಮೀನ್ದಾರರು. ಅವರ ಕೈಯಲ್ಲಿದ್ದ ರಿವಾಲ್ವರನ್ನು ಮುಂದೆ ನೇರವಾಗಿ ಹಿಡಿದು ಗುರಿಯಿಟ್ಟು ಗೂಳಿಯ ಮೇಲೆ ಎರಡು ಬಾರಿ

ಗುಂಡು ಹಾರಿಸಿದರು.

ಕೆದಕುತ್ತಿದ್ದ ಗೂಳಿಯ ಕಾಲುಗಳು ಥಟ್ಟನೆ ನಿಂತವು. ಕೊಂಬಿನ ಚಲನೆಯೂ ಮೆಲ್ಲಗೆ ನಿಂತಿತು. ತೊಟ್ಟಿಲ ಹಾಗೆ ಹಿಂದೆ ಮುಂದೆ ಇಡೀ ದೇಹವು ನಿಯಂತ್ರಣ ತಪ್ಪಿ ತೂಗಲಾರಂಭಿಸಿತು. ಹೊಟ್ಟೆಯ ಅಡಿಯಲ್ಲಿ ಭಾರ ಹೆಚ್ಚಾದಂತೆ ಕಾಲುಗಳು ಜೀವಕ್ಕಾಗಿ ಹೋರಾಡಿದವು. ಹಿಂಭಾಗವು ಮೆಲ್ಲಗೆ ಒಂದು ಕಡೆ ವಾಲುತ್ತಾ, ಎರಡು ಕಾಲುಗಳಲ್ಲಿ ಕೂರಲು ಯತ್ನಿಸಿದ ಹಾಗೆ ದೊಪ್ಪೆಂದು ಕೆಳಗೆ ಬಿದ್ದಿತು. ವಿಲ ವಿಲ ಎಂದು ಕಾಲುಗಳು ಮರಳನ್ನು ಒದೆಯಲಾರಂಭಿಸಿದವು. ಮುಖವು ಮರಳೊಳಗೆ ಹುದುಗಿರಲು ಕೊಂಬುಗಳು ನಿಷ್ಕ್ರಿಯಗೊಂಡು, ಉಸಿರು ಸಾಲದೆ ಬಾಯಿಂದ ಜೋರಾಗಿ ಉಸಿರಾಡಿತು. ಬಾಯಿಂದ ಮೆಲ್ಲಗೆ ಹರಿದ ರಕ್ತವನ್ನು ಮರಳು ನುಂಗಿತು. ಬಿಟ್ಟ ಬಾಯಿ ಬಿಟ್ಟಂತೆ ಸ್ಥಿರವಾಯಿತು. ಒಂದು ಕೊನೆ ಒದೆತ... ಮೆಲ್ಲಗೆ ಮೌನವಾಯಿತು. ಕಣ್ಣುಗುಡ್ಡೆಗಳು ಹೊರ ಬಂದ ಹಾಗೆ ಕಾಣುತ್ತಿದ್ದವು. ನಾಲಗೆಯೂ ಸಹ ಹೊರ ಚಾಚಿತ್ತು. ಕಾರಿಯನ್ನು ನೋಡುತ್ತಲೇ ರಿವಾಲ್ವರನ್ನು ಒರೆಯೊಳಗೆ ಇಟ್ಟುಕೊಂಡರು ಜಮೀನ್ದಾರ್.

ಅವರ ಮುಖದಲ್ಲಿ ನೆಮ್ಮದಿ ನೆಲೆಸಿತು. ನಕ್ಕರು. "ಬನ್ನಿ ಹೋಗುಮಾ, ವೇದಿಕೆಗೆ" ತಿರುಗಿ ನಡೆದರು. ಪರಿವಾರವೂ, ಜನರ ಗುಂಪು ಅವರ ಹಿಂದೆಯೇ ನಡೆಯಿತು – ವಾಡಿವಾಸಲ್‌ನ ಕಡೆಗೆ.

"ಕಾರಿ ಸತ್ತೋಯ್ತು!"

"ಜಮೀನ್ದಾರ್ರು ಸುಟ್ಟೇ ಬುಟ್ರಲ್ಲಯ್ಯಾ!"

"ಮೃಗಕ್ಕೆ ರೋಸ ಬಂದ್ರೂ ಅಷ್ಟೇ... ಮನುಸಂಗೆ ರೋಸ ಬಂದ್ರೂ ಅಷ್ಟೇ... ಮುಗೀತ್ ಕಥೆ"

"ಜಮೀನ್ದಾರ್ರು ಬಿಟ್ಟ ಮೃಗವೇ ಅಲ್ವಾ!"

ಅವರ ಬೆನ್ನ ಹಿಂದೆ ಜನರ ಮಾತುಗಳು ಹೊಳೆಯ ದಡದ ಬಳಿ ಕೇಳಿಸುತ್ತಿದ್ದವು.

■ ■ ■

ಛಂದ ಪುಸ್ತಕ ಬಹುಮಾನ

ಪುಟ್ಟ ಪಾದದ ಗುರುತು - ಸುನಂದಾ ಪ್ರಕಾಶ ಕಡಮೆ - ₹ 120
ಈ ಕತೆಗಳ ಸಹವಾಸವೇ ಸಾಕು - ಅಲಕ ತೀರ್ಥಹಳ್ಳಿ - ₹ 60
ಹಟ್ಟಿಯೆಂಬ ಭೂಮಿಯ ತುಣುಕು - ಲೋಕೇಶ ಅಗಸನಕಟ್ಟೆ - ₹ 180
ಗೋಡೆಗೆ ಬರೆದ ನವಿಲು - ಸಂದೀಪ ನಾಯಕ - ₹ 60
ಮೊದಲ ಮಳೆಯ ಮಣ್ಣು - ಕಣಾದ ರಾಘವ - ₹ 140
ಆಟಿಕೆ - ಬಸವಣ್ಣೆಪ್ಪಾ ಕಂಬಾರ - ₹ 100
ಮಾಯಾಕೋಲಾಹಲ - ಮೌನೇಶ ಬಡಿಗೇರ - ₹ 165
ಕೇಪಿನ ಡಬ್ಬಿ - ಪದ್ಮನಾಭ ಭಟ್, ಶೇವ್ಕಾರ - ₹ 150
ಮನಸು ಅಭಿಸಾರಿಕೆ - ಶಾಂತಿ ಕೆ ಅಪ್ಪಣ್ಣ - ₹ 230
ದೇವರು ಕಚ್ಚಿದ ಸೇಬು - ದಯಾನಂದ - ₹ 140
ಧೂಪದ ಮಕ್ಕಳು - ಸ್ವಾಮಿ ಪೊನ್ನಾಚಿ - ₹ 130
ಡುಮಿಂಗ - ಶಶಿ ತರೀಕೆರೆ - ₹ 130
ಬಯಲರಸಿ ಹೊರಟವಳು - ಛಾಯಾ ಭಟ್ - ₹ 120
ಮಾಕೋನ ಏಕಾಂತ - ಕಾವ್ಯಾ ಕಡಮೆ - ₹ 130

ಕಥಾಸಂಕಲನ

ಶಕುಂತಳಾ - ಗುರುಪ್ರಸಾದ್ ಕಾಗಿನೆಲೆ - ₹ 80
ಜುಮುರು ಮಳೆ - ಸುಮಂಗಲಾ - ₹ 220
ಶಾಲಭಂಜಿಕೆ - ಡಾ. ಕೆ. ಎನ್. ಗಣೇಶಯ್ಯ - ₹ 180 (7ನೇ ಮುದ್ರಣ)
ಕಾರಂತಜ್ಜನಿಗೊಂದು ಪತ್ರ - ಸಚ್ಚಿದಾನಂದ ಹೆಗಡೆ - ₹ 150
ಹಕೂನ ಮಟಾಟ - ನಾಗರಾಜ ವಸ್ತಾರೆ - ₹ 80
ಕಾಲಿಟ್ಟಲ್ಲಿ ಕಾಲುದಾರಿ - ಸುಮಂಗಲಾ - ₹ 80
ಹುಲಿರಾಯ - ಕೀರ್ತಿರಾಜ್ - ₹ 80
ನಿರವಯವ - ನಾಗರಾಜ ವಸ್ತಾರೆ - ₹ 125
ಹನ್ನೊಂದನೇ ಅಡ್ಡರಸ್ತೆ - ಸುಮಂಗಲಾ - ₹ 170
ಗಾಳಿಗೆ ಮೆತ್ತಿದ ಬಣ್ಣ - ಕರ್ಕಿ ಕೃಷ್ಣಮೂರ್ತಿ - ₹ 120
ಕನ್ನಡಿ ಹರಳು - ಪದ್ಮನಾಭ ಭಟ್, ಶೇವ್ಕಾರ - ₹ 130
ಒಂದು ಚಿಟಿಕೆ ಮಣ್ಣು - ಲಕ್ಷ್ಮಣ ಬಾದಾಮಿ - ₹ 130

ಬಂಡಲ್ ಕತೆಗಳು - ಎಸ್ ಸುರೇಂದ್ರನಾಥ್ - ₹ 160
ದೇವರ ರಜಾ - ಗುರುಪ್ರಸಾದ್ ಕಾಗಿನೆಲೆ - ₹ 225 (2ನೇ ಮುದ್ರಣ)
ಕಟ್ಟು ಕತೆಗಳು - ಎಸ್ ಸುರೇಂದ್ರನಾಥ್ - ₹ 210
ಮಡಿಲು (ನೀಳ್ಗತೆ) - ನಾಗರಾಜ ವಸ್ತಾರೆ - ₹ 15
ತಿರಾಮಿಸು - ಶಶಿ ತರೀಕೆರೆ - ₹ 210
ತೊಟ್ಟು ಕ್ರಾಂತಿ - ಕಾವ್ಯಾ ಕಡಮೆ - ₹ 180

ಪ್ರಬಂಧ

ಪೂರ್ವ ಪಶ್ಚಿಮ - ಎಂ. ಆರ್. ದತ್ತಾತ್ರಿ - ₹ 80
ರಾಗಿಮುದ್ದೆ - ರಘುನಾಥ ಚ. ಹ. - ₹ 120
ಕುಟ್ಟವಲಕ್ಕಿ / ಗೊಜ್ಜವಲಕ್ಕಿ - ಪ್ರಶಾಂತ ಆಡೂರ - ₹ 170 / ₹ 170
ಕಿಲಿಮಂಜಾರೋ - ಪ್ರಶಾಂತ್ ಬೀಚಿ - ₹ 80
ಮಿಸಳ್ ಭಾಜಿ - ಭಾರತಿ ಬಿ ವಿ - ₹ 190
ನೀ ಮಾಯೆಯೊಳಗೋ... - ವಿಕ್ರಮ ಹತ್ವಾರ - ₹ 150
ಸಾವೆಂಬ ಲಹರಿ - ಗುರುಪ್ರಸಾದ ಕಾಗಿನೆಲೆ - ₹ 140
ವೈದ್ಯ, ಮತ್ತೊಬ್ಬ - ಗುರುಪ್ರಸಾದ ಕಾಗಿನೆಲೆ - ₹ 120
ಅಪ್ಪನ ರ್ಯಾಲೀಸ್ ಸೈಕಲ್ - ದರ್ಶನ್ ಜಯಣ್ಣ - ₹ 110
ಇಮೋಜಿ ಭಾಷೆ - ಕರ್ಕಿ ಕೃಷ್ಣಮೂರ್ತಿ - ₹ 150

ಅನುವಾದ

ದಿ ಚಾಯ್ಸ್ - ಈಡಿತ್ ಎವಾ ಎಗರ್ (ಜಯಶ್ರೀ ಭಟ್) - ₹ 280
ದೇಹವೇ ದೇಶ - ಗರಿಮಾ ಶ್ರೀವಾಸ್ತವ (ವಿಕ್ರಮ ವಿಸಾಜಿ) - ₹ 250
[illegible]
ಗಾಳಿ ಪಳಗಿಸಿದ ಬಾಲಕ - ಕಾಂಕ್ವಾಂಬಾ (ಕರುಣಾ ಬಿ ಎಸ್) - ₹ 180
ಅಮೋಸ್ ಫಾರ್ಚೂನ್ - ಎಲಿಝಬೆತ್ ಯೇಟ್ಸ್ (ಜಯಶ್ರೀ) - ₹ 110
ನವ ಜೀವಗಳು - ವಿಲಿಯಂ ಡಾಲ್ರಿಂಪಲ್ (ನವೀನ ಗಂಗೋತ್ರಿ) - ₹ 250
ಮೈಕೆಲ್ ಕೆ - ಜೆ.ಎಂ. ಕುಟ್‌ಸೀ (ಸುನಿಲ್ ರಾವ್) - ₹ 170
ಲೇರಿಯೊಂಕ - ಹೆನ್ರಿ ಆರ್. ಓಲೆ ಕುಲೆಟ್ (ಪ್ರಶಾಂತ ಬೀಚಿ) - ₹ 140
ಅರೆಶತಮಾನದ ಮೌನ - ಯಾನ್ ರಫ್-ಓ'ಹರ್ನ್ (ಅರುಣ್) - ₹ 310

ಪರ್ವತದಲ್ಲಿ ಪವಾಡ - ನ್ಯಾಂಡೊ ಪರಾಡೊ (ಸಂಯುಕ್ತಾ) - ₹ 340
ಚಂದಿರ ಬೇಕೆಂದವನು - ಮಿಮಿ ಬೇರ್ಡ್ (ಪ್ರಜ್ಞಾ ಶಾಸ್ತ್ರಿ) - ₹ 180
ಬಂಡೂಲ - ವಿಕಿ ಕಾನ್‌ಸ್ಟಂಟೇನ್ ಕ್ರುಕ್ (ರಾಜ್ಯಶ್ರೀ) - ₹ 425
ರೆಬೆಲ್ ಸುಲ್ತಾನರು - ಮನು ಎಸ್ ಪಿಳ್ಳೈ (ಸಂಯುಕ್ತಾ) - ₹ 420
ಫಾಲೋಯಿಂಗ್ ಫಿಶ್ - ಸಮಂತ್ (ಸಹನಾ ಹೆಗಡೆ) - ₹ 280
ಜಗವ ಚುಂಬಿಸು - ಸುಬ್ರೊತೋ ಬಾಗ್ಚಿ (ವಂದನಾ ಪಿ ಸಿ) - ₹ 240
ಪರ್ದಾ ಅಂಡ್ ಪಾಲಿಗಮಿ - ಇಕ್ಬಾಲುನ್ನೀಸಾ (ದಾದಾಪೀರ್) - ₹ 380
ವಾಡಿವಾಸಲ್ - ಚಿ. ಸು. ಚೆಲ್ಲಪ್ಪ (ಸತ್ಯಕಿ) - ₹ 100
ನಾಲ್ಕನೇ ಎಕರೆ - ಶ್ರೀರಮಣ (ಅಜಯ್ ವರ್ಮಾ ಅಲ್ಲೂರಿ) - ₹ 100
ಮಾವೋನ ಕೊನೆಯ ನರ್ತಕ - ಲೀ ಶ್ವಿನ್‌ಶಿಂಗ್ (ಜಯಶ್ರೀ) - ₹ 340
ಕೋಬಾಲ್ಟ್ ಬ್ಲೂ - ಸಚಿನ್ ಕುಂಡಲ್‌ಕರ್ (ಸಪ್ನಾ ಕಟ್ಟಿ) - ₹ 150
ವಿದ್ಯಾವಂತ ವೇಶ್ಯೆಯ ಆತ್ಮಕಥೆ - ಮಾನದಾ (ನಾಗ ಹುಬ್ಳಿ) - ₹ 240
ದಿ ಲೈಟ್‌ಹೌಸ್ ಫ್ಯಾಮಿಲಿ - ಫಿರಾತ್ ಸುನೇಲ್ (ಮಾಧುರಿ) - ₹ 230

ವಸುಧೇಂದ್ರ

ಮನೀಷೆ - ಕತೆಗಳು - ₹ 120 (8ನೇ ಮುದ್ರಣ)
ಯುಗಾದಿ - ಕತೆಗಳು - ₹ 190 (9ನೇ ಮುದ್ರಣ)
ಚೇಳು - ಕತೆಗಳು - ₹ 120 (8ನೇ ಮುದ್ರಣ)
ಹಂಪಿ ಎಕ್ಸ್‌ಪ್ರೆಸ್ - ಕತೆಗಳು - ₹ 195 (9ನೇ ಮುದ್ರಣ)
ಮೋಹನಸ್ವಾಮಿ - ಕತೆಗಳು - ₹ 270 (7ನೇ ಮುದ್ರಣ)
ವಿಷಮ ಭಿನ್ನರಾಶಿ - ಕತೆಗಳು - ₹ 280 (4ನೇ ಮುದ್ರಣ)
ಕೋತಿಗಳು - ಪ್ರಬಂಧ - ₹ 120 (8ನೇ ಮುದ್ರಣ)
ನಮ್ಮಮ್ಮ ಅಂದ್ರೆ ನಂಗಿಷ್ಟ - ಪ್ರಬಂಧ - ₹ 80 (26ನೇ ಮುದ್ರಣ)
ರಕ್ಷಕ ಅನಾಥ - ಪ್ರಬಂಧ - ₹ 110 (5ನೇ ಮುದ್ರಣ)
ವರ್ಣಮಯ - ಪ್ರಬಂಧ - ₹ 225 (6ನೇ ಮುದ್ರಣ)
ಐದು ಪೈಸೆ ವರದಕ್ಷಿಣೆ - ಪ್ರಬಂಧ - ₹ 280 (5ನೇ ಮುದ್ರಣ)
ಹರಿಚಿತ್ತ ಸತ್ಯ - ಕಾದಂಬರಿ - ₹ 200 (6ನೇ ಮುದ್ರಣ)
ತೇಜೋ-ತುಂಗಭದ್ರಾ - ಕಾದಂಬರಿ - ಉತ್ತಮ (₹ 500) (15ನೇ ಮುದ್ರಣ)
ತೇಜೋ-ತುಂಗಭದ್ರಾ - ಕಾದಂಬರಿ - ಸಾದಾ (₹ 450) (15ನೇ ಮುದ್ರಣ)

ಮಿಥುನ - ಶ್ರೀರಮಣರ ಕತೆಗಳು - ₹ 135 (8ನೇ ಮುದ್ರಣ)
ಎವರೆಸ್ಟ್ - ಜಾನ್ ಕ್ರಾಕೌರ್ - ₹ 420 (4ನೇ ಮುದ್ರಣ)

ಕಾದಂಬರಿ

ಎನ್ನ ಭವದ ಕೇಡು - ಎಸ್ ಸುರೇಂದ್ರನಾಥ್ - ₹ 75
ನ್ಯಾಸ - ಹರೀಶ ಹಾಗಲವಾಡಿ - ₹ 250
ಗುಣ - ಗುರುಪ್ರಸಾದ್ ಕಾಗಿನೆಲೆ - ₹ 150
ದ್ವೀಪವ ಬಯಸಿ - ಎಂ. ಆರ್. ದತ್ತಾತ್ರಿ - ₹ 320
ತಾರಾಬಾಯಿಯ ಪತ್ರ - ದತ್ತಾತ್ರಿ ಎಂ ಆರ್ - ₹ 160
ಅಗೆದಷ್ಟೂ ನಕ್ಷತ್ರ - ಸುಮಂಗಲಾ - ₹ 230
ಪ್ರಿಯೇ ಚಾರುಶೀಲೆ - ನಾಗರಾಜ ವಸ್ತಾರೆ - ₹ 380
ಋಷ್ಯಶೃಂಗ - ಹರೀಶ ಹಾಗಲವಾಡಿ - ₹ 125
ಅಂತು - ಪ್ರಕಾಶ ನಾಯಕ್ - ₹ 200
ಚುಕ್ಕಿ ಬೆಳಕಿನ ಜಾಡು - ಕರ್ಕಿ ಕೃಷ್ಣಮೂರ್ತಿ - ₹ 200
ದೀಪವಿರದ ದಾರಿಯಲ್ಲಿ - ಸುಶಾಂತ್ ಕೋಟ್ಯಾನ್ - ₹ 160
ದಾರಿ - ಕುಸುಮಾ ಆಯರಹಳ್ಳಿ - ₹ 395
ಬರೀ ಎರಡು ರೆಕ್ಕೆ - ಸುನಂದಾ ಪ್ರಕಾಶ ಕಡಮೆ - ₹ 260

ಕವಿತೆ

ಮದ್ಯಸಾರ - ಅಪಾರ - ₹ 90
ಪೂರ್ಣನ ಗರಿಗಳು - ಪೂರ್ಣಪ್ರಜ್ಞ - ₹ 70
ಹಲೋ ಹಲೋ ಚಂದಮಾಮ - ರಾಧೇಶ ತೋಳ್ಪಾಡಿ - ₹ 50

ಪದಚರಿತೆ

ಸರಿಗನ್ನಡಂ ಗೆಲ್ಗೆ - ಅಪಾರ - ₹ 390

ನಮ್ಮ ಪ್ರಕಟಣೆಯ ಎಲ್ಲ ಪುಸ್ತಕಗಳ ಪ್ರತಿಗಳೂ ಲಭ್ಯ
ಪುಸ್ತಕದ ಪ್ರತಿಗಾಗಿ ವಾಟ್ಸಾಪ್ ಮಾಡಿ 98444 22782

ಓದಿ ಓದಿ ಮರುಳಾಗಿ!

ಛಂದ ಪುಸ್ತಕ ಬಹುಮಾನ

ಹೊಸ ಕತೆಗಾರರನ್ನು ಗುರುತಿಸುವ ಸಲುವಾಗಿ ನಮ್ಮ ಪ್ರಕಾಶನ ಸಂಸ್ಥೆಯು ಕಳೆದ ಹದಿಮೂರು ವರ್ಷಗಳಿಂದ ಕತೆಗಳ ಹಸ್ತಪ್ರತಿ ಸ್ಪರ್ಧೆಯನ್ನು ನಡೆಸುತ್ತಾ ಬಂದಿದೆ. ಈವರೆಗೆ ಒಂದೂ ಕಥಾಸಂಕಲನವನ್ನು ಪ್ರಕಟಿಸದವರು ಈ ಸ್ಪರ್ಧೆಯಲ್ಲಿ ಭಾಗವಹಿಸಬಹುದು. ಇತರ ಪ್ರಕಾರಗಳಲ್ಲಿ ಒಂದೆರಡು ಪುಸ್ತಕಗಳನ್ನು ಪ್ರಕಟ ಮಾಡಿದವರೂ ಇದರಲ್ಲಿ ಭಾಗವಹಿಸುವ ಅವಕಾಶವಿರುತ್ತದೆ. ಮೊದಲ ಸುತ್ತಿನ ಆಯ್ಕೆಯನ್ನು ಪ್ರಕಾಶನದ ಸದಸ್ಯರು ಮಾಡಿ, ಕೊನೆಯ ಆಯ್ಕೆಗಾಗಿ ಸುಮಾರು ಹತ್ತು ಹಸ್ತಪ್ರತಿಗಳನ್ನು ನಾಡಿನ ಹಿರಿಯ ಸಾಹಿತಿಗಳಿಗೆ ಒಪ್ಪಿಸುತ್ತಾರೆ. ಆಯ್ಕೆಯಾದ ಹಸ್ತಪ್ರತಿಯನ್ನು ಪುಸ್ತಕ ರೂಪದಲ್ಲಿ ಪ್ರಕಟಿಸಿ, ಪ್ರಶಸ್ತಿ ಪತ್ರ, ಫಲಕ ಹಾಗೂ ಮೂವತ್ತು ಸಾವಿರ ರೂಪಾಯಿ ಬಹುಮಾನವನ್ನು ನೀಡಲಾಗುತ್ತದೆ. ಈವರೆಗೂ ಈ ಪ್ರಶಸ್ತಿಯಲ್ಲಿ ಬಹುಮಾನ ಪಡೆದವರ ವಿವರಗಳ ಪಟ್ಟಿಯನ್ನು ಮುಂದಿನ ಪುಟದಲ್ಲಿ ನೀಡಿದ್ದೇವೆ.

ಇವರಲ್ಲಿ ಮೌನೇಶ ಬಡಿಗೇರ, ಶಾಂತಿ ಕೆ ಅಪ್ಪಣ್ಣ, ಪದ್ಮನಾಭ ಭಟ್ ಶೇವ್ಕಾರ ಮತ್ತು ಸ್ವಾಮಿ ಪೊನ್ನಾಚಿ ಅವರಿಗೆ ಕೇಂದ್ರ ಸಾಹಿತ್ಯ ಅಕಾದೆಮಿಯ ಯುವ ಪುರಸ್ಕಾರ ದೊರೆತಿದೆ. ವಿನಯಾ, ಶಾಂತಿ ಕೆ ಅಪ್ಪಣ್ಣ ಮತ್ತು ಪದ್ಮನಾಭ ಭಟ್ ಶೇವ್ಕಾರರ ಪುಸ್ತಕಗಳಿಗೆ ಕರ್ನಾಟಕ ಸಾಹಿತ್ಯ ಅಕಾಡೆಮಿಯ ಪುಸ್ತಕ ಬಹುಮಾನ ಅಥವಾ ದತ್ತಿ ಬಹುಮಾನಗಳು ಸಂದಿವೆ. ಇನ್ನೂ ಹಲವಾರು ನಾಡಿನ ಪ್ರಮುಖ ಪ್ರಶಸ್ತಿ ಮತ್ತು ಬಹುಮಾನಗಳೂ ಈ ಕೃತಿಗಳಿಗೆ ಲಭ್ಯವಾಗಿವೆ.

ನೀವು ಈ ಸ್ಪರ್ಧೆಯಲ್ಲಿ ಭಾಗವಹಿಸಬೇಕೆ? ಹಾಗಿದ್ದರೆ ನಮ್ಮ ಮುಂದಿನ ವರ್ಷದ ಸ್ಪರ್ಧೆಯ ಆಹ್ವಾನವನ್ನು ಖ್ಯಾತ ಕನ್ನಡ ನಿಯತಕಾಲಿಕಗಳಲ್ಲಿ ಅಥವಾ ಸಾಮಾಜಿಕ ಜಾಲತಾಣಗಳಲ್ಲಿ ನಿರೀಕ್ಷಿಸಿರಿ. ಹೆಚ್ಚಿನ ವಿವರಗಳಿಗೆ 98444 22782 ಗೆ ಸಂದೇಶ ಕಳುಹಿಸಿರಿ.

ಓದಿ ಓದಿ ಮರುಳಾಗಿ!

ಛಂದ ಪುಸ್ತಕ ಬಹುಮಾನ ಪಡೆದ ಕೃತಿಗಳು

ಕತೆಗಾರರು	ತೀರ್ಪುಗಾರರು
ಸುನಂದಾ ಕಡಮೆ	ಅಶೋಕ ಹೆಗಡೆ ಸುಮಂಗಲಾ
ಅಲಕ ತೀರ್ಥಹಳ್ಳಿ	ಕೇಶವ ಮಳಗಿ ಸುಮಂಗಲಾ
ಲೋಕೇಶ ಅಗಸನಕಟ್ಟೆ	ಬೊಳುವಾರು
ವಿನಯಾ	ನೇಮಿಚಂದ್ರ
ಸಂದೀಪ ನಾಯಕ	ಅಮರೇಶ ನುಗಡೋಣಿ
ಕಣಾದ ರಾಘವ	ಕೆ. ಸತ್ಯನಾರಾಯಣ
ಬಸವಣ್ಣೆಪ್ಪಾ ಕಂಬಾರ	ಕುಂ. ವೀರಭದ್ರಪ್ಪ
ಮೌನೇಶ ಬಡಿಗೇರ	ಓ.ಎಲ್.ಎನ್. ಸ್ವಾಮಿ
ಪದ್ಮನಾಭ ಭಟ್	ಎಂ. ಎಸ್. ಆಶಾದೇವಿ
ಶಾಂತಿ ಕೆ ಅಪ್ಪಣ್ಣ	ಎಚ್.ಎಸ್.ಆರ್
ದಯಾನಂದ	ನಾ. ಡಿಸೋಜಾ
ಸ್ವಾಮಿ ಪೊನ್ನಾಚಿ	ಎಂ. ಎಸ್. ಶ್ರೀರಾಮ್
ಶಶಿ ತರೀಕೆರೆ	ಲಲಿತಾ ಸಿದ್ಧಬಸವಯ್ಯ
ಛಾಯಾ ಭಟ್	ತಾರಿಣಿ ಶುಭದಾಯಿನಿ
ಕಾವ್ಯಾ ಕಡಮೆ	ಟಿ.ಪಿ. ಅಶೋಕ